Building Dreams, Creating Futures: A Students Guide to Entrepreneurship

ఊహలను నిర్మించు, భవిష్యత్తును సృష్టించు: విద్యార్థులకు పారిశ్రామికవేత్త మార్గదర్శి

Ananya Rao

Copyright © [2023]

Author: Ananya Rao

Building Dreams, Creating Futures: A Students Guide to Entrepreneurship

All rights reserved. No part of this publication may be reproduced or transmitted in any form or by any means, electronic or mechanical, including photocopying, recording, or any information storage and retrieval system, without prior written permission from the author.

This book is a self-published work by the author Ananya Rao

ISBN:

TABLE OF CONTENTS

Chapter 1: Igniting the Spark: Identifying Your Entrepreneurial Spirit   11

- What is entrepreneurship? Myths and realities.
- Discovering your passion: Identifying potential business ideas.
- Assessing your skills and resources.
- Overcoming self-doubt and building confidence.

Chapter 2: From Dream to Blueprint: Crafting Your Business Plan   19

- Defining your target audience and market research.
- Developing a unique value proposition and competitive analysis.
- Financial planning and budgeting basics: funding options and projections.
- Legal considerations: types of businesses and essential documents.

Chapter 3: Building the Foundation: Launching and Operating Your Venture   29

- Marketing strategies: online and offline tactics for reaching your audience.
- Building your team: finding the right collaborators and advisors.
- Managing operations and logistics: systems and tools for efficiency.
- Customer service: building relationships and fostering loyalty.

Chapter 4: Facing the Challenges: Overcoming Obstacles and Adapting   37

- Managing risk and facing failures: resilience and problem-solving.
- Balancing studies and entrepreneurship: time management and prioritizing.
- Dealing with financial setbacks and seeking support.
- Adapting to changing market trends and technological advancements.

Chapter 5: Funding Your Future: Exploring Investment Opportunities   45

- Bootstrapping and self-funding: creative ways to get started.
- Pitching to investors: preparing a compelling presentation and understanding terms.
- Crowdfunding and other alternative financing options.
- Responsible borrowing: managing loans and debt.

Chapter 6: Building a Sustainable Future: Growing and Scaling Your Business   53

- Expanding your reach: national or international markets.
- Building a strong brand and online presence.
- Delegating tasks and building a sustainable team.
- Measuring success: key metrics and performance evaluation.

Chapter 7: Beyond the Business: The Impact of Entrepreneurship 61

- The social and environmental responsibility of entrepreneurs.
- Building a positive impact through your business.
- Networking and collaboration: building a community of support.
- Inspiring future generations of entrepreneurs: sharing your journey.

TABLE OF CONTENTS

అధ్యాయం 1: వెలుగుబుట్టించడం: మీ వ్యవస్థాపకతను గుర్తించడం 11

- వ్యవస్థాపకత అంటే ఏమిటి? మిథ్యాలు మరియు వాస్తవాలు.
- మీ ఉత్సాహాన్ని కనుగొనడం: సాధ్యమైన వ్యాపార ఆలోచనలను గుర్తించడం.
- మీ నైపుణ్యాలు మరియు వనరులను అంచనా వేయడం.
- స్వీయ-సందేహాన్ని అధిగమించడం మరియు ఆత్మవిశ్వాసాన్ని పెంపొందించడం.

అధ్యాయం 2: కల నుండి బ్లూప్రింట్ వరకు: మీ వ్యాపార ప్రణాళికను రూపొందించడం 19

- మీ లక్ష్య ప్రేక్షకులను మరియు మార్కెట్ పరిశోధనను నిర్వచించడం.
- ప్రత్యేకమైన విలువ ప్రతిపాదన మరియు పోటీ విశ్లేషణను అభివృద్ధి చేయడం.
- ఆర్థిక ప్రణాళిక మరియు బడ్జెట్‌లు: నిధుల ఎంపికలు మరియు అంచనాలు.
- చట్టపరమైన పరిశీలనలు: వ్యాపార రకాలు మరియు ముఖ్యమైన పత్రాలు.

అధ్యాయం 3: పునాది నిర్మాణం: మీ వెంచర్‌ను ప్రారంభించడం మరియు నిర్వహించడం　29

- మార్కెటింగ్ వ్యూహాలు: మీ ప్రేక్షకులను చేరుకోవడానికి ఆన్‌లైన్ మరియు ఆఫ్‌లైన్ వ్యూహాలు.
- మీ బృందాన్ని నిర్మించడం: సరైన సహకారకులు మరియు సలహాదారులను కనుగొనడం.
- కార్యకలాపాలు మరియు లాజిస్టిక్స్‌ను నిర్వహించడం: సామర్థ్యం కోసం వ్యవస్థలు మరియు సాధనాలు.
- కస్టమర్ సేవ: సంబంధాలు నిర్మించడం మరియు విధేయతను పెంపొందించడం.

అధ్యాయం 4: సవాళ్లను ఎదుర్కోవడం: అడ్డంకులను అధిగమించడం మరియు అనుసరించడం　37

- రిస్క్‌ను నిర్వహించడం మరియు విఫలతలను ఎదుర్కోవడం: స్థిరత్వం మరియు సమస్యల పరిష్కారం
- అధ్యయనాలు మరియు వ్యవస్థాపకతను సమతుల్యం చేయడం: సమయ నిర్వహణ మరియు ప్రాధాన్యత.
- ఆర్థిక వెనుకబాటులను ఎదుర్కోవడం మరియు మద్దతు కోసం వెతకడం.
- మారుతులనివారంగా మార్కెట్ ధోరణులు మరియు సాంకేతిక పురోగతికి అనుసరించడం.

అధ్యాయం 5: భవిష్యత్ నిర్మాణం: పెట్టుబడి అవకాశాల అన్వేషణ 45

- బూట్‌స్ట్రాపింగ్ మరియు స్వీయ-నిధులు: ప్రారంభించడానికి సృజనాత్మక మార్గాలు.
- పెట్టుబడిదారులకు పిచ్చింగ్: ఆకట్టుకునే ప్రజెంటేషన్‌ను సిద్ధం చేయడం మరియు షరతులను అర్థం చేసుకోవడం.
- క్రౌడ్‌ఫండింగ్ మరియు ఇతర ప్రత్యామ్నాయ నిధుల ఎంపికలు.
- బాధ్యతాయుతమైన రుణాలు: లోన్లు మరియు అప్పుల నిర్వహణ.

అధ్యాయం 6: నిలకడైన భవిష్యత్తు నిర్మాణం: వ్యాపారాన్ని విస్తరించడం మరియు స్థిరీకరించడం 53

- మీ వ్యాప్తిని విస్తరించడం: జాతీయ లేదా అంతర్జాతీయ మార్కెట్లు.
- బలమైన బ్రాండ్‌ను మరియు ఆన్‌లైన్ ఉనికిని నిర్మించడం.
- పనులను డెలిగేట్ చేయడం మరియు నిలకడైన బృందాన్ని నిర్మించడం.
- విజయాన్ని కొలవడం: కీలకమైన మెట్రిక్‌లు మరియు పనితీరు అంచనా.

అధ్యాయం 7: వ్యాపారం దాటి: వ్యవస్థాపకత యొక్క ప్రభావం 61

- వ్యవస్థాపకుల సామాజిక మరియు పర్యావరణ బాధ్యత.
- మీ వ్యాపారం ద్వారా సానుకూల ప్రభావాన్ని సృష్టించడం.
- నెట్‌వర్కింగ్ మరియు సహకారం: మద్ధతు కమ్యూనిటీని నిర్మించడం.
- భవిష్యత్ వ్యవస్థాపకులకు స్ఫూర్తి: మీ ప్రయాణాన్ని పంచుకోవడం.

Chapter 1: Igniting the Spark: Identifying Your Entrepreneurial Spirit

అధ్యాయం 1: వెలుగుబుట్టించడం: మీ వ్యవస్థాపకతను గుర్తించడం

వ్యవస్థాపకత అంటే ఏమిటి? మిథ్యాలు మరియు వాస్తవాలు

వ్యవస్థాపకత అనేది ఒక ఆలోచనను లేదా సృజనాత్మక ఆలోచనను ఒక వ్యాపారంగా మార్చడం. ఇది ఒక ప్రక్రియ, ఇది ఒక ఆలోచనను గుర్తించడం, దాన్ని అభివృద్ధి చేయడం, మరియు దాన్ని విజయవంతంగా అమలు చేయడంతో సహా అనేక దశలను కలిగి ఉంటుంది.

వ్యవస్థాపకత గురించి అనేక మిథ్యాలు ఉన్నాయి. కొన్ని ఈ క్రింది విధంగా ఉన్నాయి:

- వ్యవస్థాపకులు పురుషులు మాత్రమే ఉంటారు.
- వ్యవస్థాపకతకు పుట్టుకతోనే ఉన్న సామర్థ్యం అవసరం.
- వ్యవస్థాపకులు రిస్క్ తీసుకోవడానికి సిద్ధంగా ఉండాలి.

ఈ మిథ్యాలు నిజం కావు. వ్యవస్థాపకులు పురుషులు మరియు స్త్రీలు ఇద్దరూ ఉంటారు. వ్యవస్థాపకతకు పుట్టుకతోనే ఉన్న సామర్థ్యం అవసరం లేదు. వ్యవస్థాపకులు రిస్క్ తీసుకోవడానికి సిద్ధంగా ఉండాలి, కానీ అది ఏదైనా రిస్క్ తీసుకోవడం అని అర్థం కాదు.

వ్యవస్థాపకత గురించి కొన్ని వాస్తవాలు ఇక్కడ ఉన్నాయి:

- వ్యవస్థాపకత అనేది ఒక నైపుణ్యం, ఇది నేర్చుకోవచ్చు మరియు అభివృద్ధి చేయవచ్చు.
- వ్యవస్థాపకత అనేది ఒక సృజనాత్మక ప్రక్రియ, ఇది కొత్త ఆలోచనలను రూపొందించడం మరియు వాటిని అమలు చేయడం కలిగి ఉంటుంది.
- వ్యవస్థాపకత అనేది సమాజానికి ఒక ముఖ్యమైన విలువ, ఎందుకంటే ఇది కొత్త ఉత్పత్తులు మరియు సేవలను సృష్టిస్తుంది మరియు ఉపాధిని సృష్టిస్తుంది.

వ్యవస్థాపకులుగా విజయం సాధించడానికి, కింది అంశాలపై దృష్టి పెట్టడం ముఖ్యం:

- ఒక మంచి ఆలోచనను గుర్తించండి. ఒక మంచి ఆలోచన అనేది కొత్తది, ఆసక్తికరమైనది మరియు అవసరమైనది.
- మీ ఆలోచనను అభివృద్ధి చేయండి. మీ ఆలోచనను పూర్తిగా అర్థం చేసుకోవడానికి మరియు దానిని అమలు చేయడానికి అవసరమైన విధానాన్ని రూపొందించడానికి సమయం కేటాయించండి.
- మీ ఆలోచనను విజయవంతంగా అమలు చేయండి. మీ ఆలోచనను అమలు చేయడానికి అవసరమైన నైపుణ్యాలు మరియు సామర్థ్యాలను పెంపొందించుకోండి.

వ్యవస్థాపకత అనేది ఒక అద్భుతమైన అవకాశం. ఇది మీకు మీ స్వంత వ్యాపారాన్ని ప్రారంభించడానికి మరియు మీ కలలను సాధించడానికి అనుమతిస్తుంది.

మీ ఉత్సాహాన్ని కనుగొనడం: సాధ్యమైన వ్యాపార ఆలోచనలను గుర్తించడం

వ్యవస్థాపకత అనేది ఒక మంచి ఆలోచనతో ప్రారంభమవుతుంది. మీరు మీ స్వంత వ్యాపారాన్ని ప్రారంభించాలనుకుంటే, మీకు ఆసక్తి ఉన్న మరియు మీరు మంచిగా చేయగల ఏదో కనుగొనడం ముఖ్యం.

మీ ఉత్సాహాన్ని కనుగొనడానికి మరియు సాధ్యమైన వ్యాపార ఆలోచనలను గుర్తించడానికి మీరు చేయగలిగే కొన్ని విషయాలు ఇక్కడ ఉన్నాయి:

- మీరు ఆసక్తి ఉన్న విషయాల గురించి ఆలోచించండి. మీరు ఏమి చేయడానికి ఇష్టపడతారు? మీరు ఏ విషయాలలో నిపుణులు? మీరు ఏ విషయాలలో ఆసక్తిగా ఉన్నారు?
- మీరు మంచిగా చేయగలిగే విషయాల గురించి ఆలోచించండి. మీకు ఏ విషయాలు వచ్చు? మీకు ఏ విషయాలలో నైపుణ్యం ఉంది?
- మీరు మార్చడానికి కోరుకునే ఏదైనా ఉందా? మీరు మీ సమాజంలో లేదా ప్రపంచంలో ఏమి మార్చాలనుకుంటున్నారు?

మీ ఉత్సాహాన్ని కనుగొనడానికి మీకు సహాయపడటానికి కొన్ని ప్రశ్నలు ఇక్కడ ఉన్నాయి:

- మీరు ఏ విషయాలను ఆనందించారు? మీరు చిన్నప్పుడు ఏమి చేయడానికి ఇష్టపడ్డారు?

- మీరు ఏ విషయాలలో మంచిగా ఉన్నారు? మీరు ఏ విషయాలలో ప్రశంసలు అందుకున్నారు?

- మీరు ఏ విషయాలలో మరింత తెలుసుకోవాలనుకుంటున్నారు? మీకు ఆసక్తి ఉన్న విషయాల గురించి మీరు ఎంత తెలుసుకున్నారు?

- మీరు ఏ విషయాలను మార్చాలనుకుంటున్నారు? మీరు మీ సమాజంలో లేదా ప్రపంచంలో ఏమి మార్చాలనుకుంటున్నారు?

ఈ ప్రశ్నలకు సమాధానం ఇవ్వడం ద్వారా, మీరు మీ ఉత్సాహాన్ని కనుగొనడానికి మరియు సాధ్యమైన వ్యాపార ఆలోచనలను గుర్తించడానికి ప్రారంభించవచ్చు.

మీరు మీ ఉత్సాహాన్ని కనుగొన్న తర్వాత, మీ ఆలోచనను మరింత అభివృద్ధి చేయడానికి సమయం కేటాయించండి. మీరు ఏమి అమ్మాలనుకుంటున్నారు లేదా ఏ సేవలను అందించాలనుకుంటున్నారు? మీ లక్ష్య మార్కెట్ ఎవరు? మీరు మీ వ్యాపారాన్ని ఎలా నిర్వహిస్తారు?

మీ ఆలోచనను అభివృద్ధి చేయడానికి మీకు సహాయపడటానికి అనేక వనరులు అందుబాటులో ఉన్నాయి. వ్యాపార సలహాదారులు, వ్యాపార శిక్షణా కోర్సులు మరియు వ్యాపార బుక్లు అందుబాటులో ఉన్నాయి.

మీ నైపుణ్యాలు మరియు వనరులను అంచనా వేయడం

మీరు మీ స్వంత వ్యాపారాన్ని ప్రారంభించాలనుకుంటే, మీ నైపుణ్యాలు మరియు వనరులను అంచనా వేయడం చాలా ముఖ్యం. ఇది మీరు మీ వ్యాపారాన్ని విజయవంతంగా నిర్వహించగలరో లేదో నిర్ణయించడంలో మీకు సహాయపడుతుంది.

మీ నైపుణ్యాలు మరియు వనరులను అంచనా వేయడానికి, మీరు క్రింది అంశాలను పరిగణించాలి:

- మీ వృత్తిపరమైన నైపుణ్యాలు. మీరు ఏ విషయంలో నిపుణులు? మీకు ఏ రకమైన నైపుణ్యాలు ఉన్నాయి?
- మీ వ్యక్తిగత నైపుణ్యాలు. మీరు ఏ విధంగా ఆలోచిస్తారు? మీరు ఏ విధంగా పని చేస్తారు?
- మీకు అందుబాటులో ఉన్న వనరులు. మీకు ఏమి ఉంది? మీకు ఏమి లేదు?

మీ వృత్తిపరమైన నైపుణ్యాలను అంచనా వేయడానికి, మీరు మీ పాఠశాల డిగ్రీలు, వృత్తిపరమైన అనుభవం మరియు నైపుణ్యాల జాబితాను పరిగణించవచ్చు. మీ వ్యక్తిగత నైపుణ్యాలను అంచనా వేయడానికి, మీరు మీ శక్తి మరియు బలహీనతలను అంచనా వేయవచ్చు. మీకు అందుబాటులో ఉన్న వనరులను అంచనా వేయడానికి, మీరు మీ డబ్బు, సమయం మరియు సంబంధాలను పరిగణించవచ్చు.

మీ నైపుణ్యాలు మరియు వనరులను అంచనా వేయడానికి, మీరు క్రింది ప్రశ్నలను మీకు అడగవచ్చు:

- నాకు ఏ విధమైన నైపుణ్యాలు ఉన్నాయి?

- నాకు ఏ విధమైన అనుభవం ఉంది?
- నాకు ఏ విధమైన శిక్షణ లేదా విద్య ఉంది?
- నాకు ఏ విధమైన సాంకేతిక నైపుణ్యాలు ఉన్నాయి?
- నాకు ఏ విధమైన వ్యక్తిగత నైపుణ్యాలు ఉన్నాయి?
- నాకు ఏ విధమైన సంబంధాలు ఉన్నాయి?
- నాకు ఏ విధమైన డబ్బు ఉంది?
- నాకు ఏ విధమైన సమయం ఉంది?

ఈ ప్రశ్నలకు సమాధానం ఇవ్వడం ద్వారా, మీరు మీ నైపుణ్యాలు మరియు వనరులను మరింత లోతుగా అర్థం చేసుకోగలరు. ఇది మీరు మీ వ్యాపార ప్రణాళికను అభివృద్ధి చేయడానికి మరియు మీరు విజయవంతం కావడానికి అవసరమైన నైపుణ్యాలు మరియు వనరులను కలిగి ఉన్నారో లేదో నిర్ణయించడానికి మీకు సహాయపడుతుంది.

మీ నైపుణ్యాలు మరియు వనరులను అంచనా వేయడం చాలా ముఖ్యమైన కార్యకలాపం. ఇది మీరు మీ స్వంత వ్యాపారాన్ని ప్రారంభించడానికి ముందు తీసుకోవలసిన ఒక ముఖ్యమైన దశ.

స్వీయ-సందేహాన్ని అధిగమించడం మరియు ఆత్మవిశ్వాసాన్ని పెంపొందించడం

స్వీయ-సందేహం అనేది మనలో ప్రతి ఒక్కరిలో కూడా ఒక సాధారణ భావోద్వేగం. ఇది మనం చేస్తున్న పని గురించి లేదా మనం చేయగలవా లేదో గురించి మనకు ఏవైనా అనుమానాలు లేదా ఆందోళనలు ఉన్నప్పుడు సంభవిస్తుంది. స్వీయ-సందేహం మన జీవితంలో అనేక రకాల ప్రతికూల ప్రభావాలను కలిగిస్తుంది, ఇది మన శ్రేయస్సును, సంబంధాలను మరియు విజయాలను ప్రభావితం చేస్తుంది.

ఆత్మవిశ్వాసం, మరోవైపు, మనం చేయగలవా లేదో గురించి మనకు ఉన్న నమ్మకం. ఇది మనం సవాలులను ఎదుర్కోవడానికి మరియు మన లక్ష్యాలను సాధించడానికి మనకు సహాయపడుతుంది. ఆత్మవిశ్వాసం ఉన్న వ్యక్తులు తరచుగా విజయవంతమవుతారు, ఎందుకంటే వారు తమ సామర్థ్యాలపై నమ్మకం కలిగి ఉంటారు మరియు వారు ఏదైనా చేయగలరని నమ్ముతారు.

స్వీయ-సందేహాన్ని అధిగమించడం మరియు ఆత్మవిశ్వాసాన్ని పెంపొందించడం అనేది ఒక ప్రక్రియ. ఇది సమయం మరియు కృషి అవసరం. అయితే, ఇది సాధ్యమే మరియు ఇది మీ జీవితంలో అనేక మార్పులను తీసుకురాగలదు.

స్వీయ-సందేహాన్ని అధిగమించడానికి మరియు ఆత్మవిశ్వాసాన్ని పెంపొందించడానికి కొన్ని చిట్కాలు:

- మీ బలాలు మరియు బలహీనతలను అర్థం చేసుకోండి. మీరు మీ బలాలు మరియు బలహీనతలను

అర్థం చేసుకుంటే, మీరు మీ సామర్థ్యాలను మరింత సమర్థవంతంగా ఉపయోగించగలరు.

- మీరు చేయగలవా లేదో గురించి సానుకూలమైన భావాలను పెంపొందించుకోండి. మీరు చేయగలవా లేదో గురించి సానుకూలమైన భావాలను పెంపొందించుకోవడం ద్వారా, మీరు మీ సామర్థ్యాలపై మరింత నమ్మకం పెంచుకోవచ్చు.
- తప్పులు చేయడానికి భయపడకండి. అందరూ తప్పులు చేస్తారు. తప్పులు చేయడం ద్వారా, మీరు నేర్చుకోవచ్చు మరియు మీరు చేయగలవా లేదో గురించి మీకు మరింత నమ్మకం పెంచుకోవచ్చు.
- మీకు సహాయం చేయగల ప్రజలతో చుట్టుకోండి. మీరు స్వీయ-సందేహంతో పోరాడుతుంటే, మీకు సహాయం చేయగల ప్రజలతో చుట్టుకోవడం చాలా ముఖ్యం.

Chapter 2: From Dream to Blueprint: Crafting Your Business Plan

అధ్యాయం 2: కల నుండి బ్లూప్రింట్ వరకు: మీ వ్యాపార ప్రణాళికను రూపొం దించడం

మీ లక్ష్య ప్రేక్షకులను మరియు మార్కెట్ పరిశోధనను నిర్వచించడం

మీరు మీ స్వంత వ్యాపారాన్ని ప్రారంభించాలనుకుంటే, మీ లక్ష్య ప్రేక్షకులను మరియు మార్కెట్ పరిశోధనను నిర్వచించడం చాలా ముఖ్యం. ఇది మీరు విజయవంతం కావడానికి మరియు మీ లక్ష్యాలను సాధించడానికి మీకు సహాయపడుతుంది.

మీ లక్ష్య ప్రేక్షకులు ఎవరు?

మీ లక్ష్య ప్రేక్షకులు మీ ఉత్పత్తి లేదా సేవలను కొనుగోలు చేయడానికి మరియు ఉపయోగించడానికి ఎవరో. వారు ఎవరు? వారు ఎక్కడ ఉన్నారు? వారు ఎంత వయస్సు గలవారు? వారు ఏమి చేస్తారు? వారు ఏమి ఇష్టపడతారు?

మీ లక్ష్య ప్రేక్షకులను అర్థం చేసుకోవడం ద్వారా, మీరు మీ ఉత్పత్తి లేదా సేవలను వారి అవసరాలకు మరియు కోరికలకు సరిపోయేలా రూపొందించవచ్చు. మీరు మీ ప్రచారాన్ని మరియు మీ విక్రయ ప్రయత్నాలను మీ లక్ష్య ప్రేక్షకులను చేరుకోవడానికి రూపొందించవచ్చు.

మార్కెట్ పరిశోధన ఎలా చేయాలి?

మార్కెట్ పరిశోధన అనేది మీ లక్ష్య ప్రేక్షకుల గురించి మరింత తెలుసుకోవడానికి మీరు చేసే కార్యకలాపాల సమితి. మార్కెట్ పరిశోధన చేయడానికి అనేక మార్గాలు ఉన్నాయి, వీటిలో:

- సర్వేలు: మీరు మీ లక్ష్య ప్రేక్షకులను ప్రశ్నించి వారి అభిప్రాయాలు మరియు అవసరాలను తెలుసుకోవచ్చు.
- ఇంటర్వ్యూలు: మీరు మీ లక్ష్య ప్రేక్షకులతో వ్యక్తిగతంగా మాట్లాడవచ్చు మరియు వారి గురించి మరింత లోతుగా తెలుసుకోవచ్చు.
- గణాంకాలు: మీరు మీ లక్ష్య ప్రేక్షకుల గురించి సమాచారాన్ని పొందడానికి ప్రభుత్వ రికార్డులు మరియు ఇతర గణాంకాలను ఉపయోగించవచ్చు.

మీ లక్ష్య ప్రేక్షకుల గురించి మీకు ఎంత ఎక్కువ తెలుసుతుందో, మీరు మీ వ్యాపారాన్ని విజయవంతంగా నిర్వహించడానికి మరింత మంచి అవకాశం ఉంది.

మీ లక్ష్య ప్రేక్షకులను మరియు మార్కెట్ పరిశోధనను నిర్వచించడానికి కొన్ని చిట్కాలు:

- మీ ఉత్పత్తి లేదా సేవలను ఎవరు ఉపయోగించాలనుకుంటున్నారో ఆలోచించండి.
- మీ లక్ష్య ప్రేక్షకుల గురించి మీరు తెలుసుకోవాలనుకునే ప్రశ్నలను రూపొందించండి.
- మీ ప్రశ్నలకు సమాధానం ఇవ్వడానికి మరింత సహాయపడే వనరులను కనుగొనండి.

ప్రత్యేకమైన విలువ ప్రతిపాదన మరియు పోటీ విశ్లేషణను అభివృద్ధి చేయడం

మీరు మీ స్వంత వ్యాపారాన్ని ప్రారంభించాలనుకుంటే, మీరు ఒక ప్రత్యేకమైన విలువ ప్రతిపాదన (USP) మరియు పోటీ విశ్లేషణను అభివృద్ధి చేయాలి. ఇది మీరు విజయవంతం కావడానికి మరియు మీ లక్ష్య ప్రేక్షకులను ఆకర్షించడానికి మీకు సహాయపడుతుంది.

ప్రత్యేకమైన విలువ ప్రతిపాదన (USP)

ప్రత్యేకమైన విలువ ప్రతిపాదన అనేది మీరు మీ లక్ష్య ప్రేక్షకులకు అందించే ఏదైనా ఒక విషయం, ఇది మీ పోటీదారుల నుండి మిమ్మల్ని భిన్నంగా చేస్తుంది. ఇది మీ ఉత్పత్తి లేదా సేవ యొక్క ప్రత్యేక లక్షణం లేదా ప్రయోజనం కావచ్చు.

మీరు ఒక బలమైన USPను అభివృద్ధి చేయడానికి, మీరు మీ లక్ష్య ప్రేక్షకుల అవసరాలు మరియు కోరికలను అర్థం చేసుకోవాలి. మీరు మీ పోటీదారులను పరిశీలించాలి మరియు వారు ఏమి అందిస్తున్నారో తెలుసుకోవాలి.

USPను అభివృద్ధి చేయడానికి కొన్ని చిట్కాలు:

- మీ లక్ష్య ప్రేక్షకులకు ఏది ముఖ్యం?
- మీ ఉత్పత్తి లేదా సేవ ఏ విధంగా వారి అవసరాలను తీరుస్తుంది?
- మీ పోటీదారులు ఏమి అందిస్తున్నారో మీరు ఎలా భిన్నంగా ఉన్నారు?

పోటీ విశ్లేషణ

పోటీ విశ్లేషణ అనేది మీ పోటీదారులను అర్థం చేసుకోవడానికి మీరు చేసే ప్రక్రియ. ఇది మీరు వారి బలాలు మరియు బలహీనతలను అర్థం చేసుకోవడానికి మరియు మీ USPను అభివృద్ధి చేయడంలో మీకు సహాయపడుతుంది.

పోటీ విశ్లేషణ చేయడానికి, మీరు మీ పోటీదారుల ఉత్పత్తులు లేదా సేవలను పరిశీలించాలి. మీరు వారి వెబ్‌సైట్‌లను చదవాలి, వారి ప్రకటనలను పరిశీలించాలి మరియు వారి వినియోగదారు సమీక్షలను చదవాలి.

పోటీ విశ్లేషణ చేయడానికి కొన్ని చిట్కాలు:

- మీ పోటీదారులు ఎవరు?
- వారి ఉత్పత్తులు లేదా సేవలు ఏమిటి?
- వారి బలాలు మరియు బలహీనతలు ఏమిటి?
- వారి మార్కెటింగ్ ప్రయత్నాలు ఏమిటి?

ప్రత్యేకమైన విలువ ప్రతిపాదన మరియు పోటీ విశ్లేషణను అభివృద్ధి చేయడం అనేది మీ వ్యాపారాన్ని విజయవంతంగా ప్రారంభించడానికి మరియు మీ లక్ష్య ప్రేక్షకులను ఆకర్షించడానికి ముఖ్యమైన దశలు.

ఆర్థిక ప్రణాళిక మరియు బడ్జెట్లు: నిధుల ఎంపికలు మరియు అంచనాలు

మీరు మీ స్వంత వ్యాపారాన్ని ప్రారంభించాలనుకుంటే, మీరు ఆర్థిక ప్రణాళిక మరియు బడ్జెట్ను అభివృద్ధి చేయాలి. ఇది మీరు విజయవంతం కావడానికి మరియు మీ లక్ష్యాలను సాధించడానికి మీకు సహాయపడుతుంది.

ఆర్థిక ప్రణాళిక

ఆర్థిక ప్రణాళిక అనేది మీ వ్యాపారం యొక్క ఆర్థిక లక్ష్యాలను మరియు వాటిని ఎలా సాధించాలనే దాని గురించి ఒక స్థిరమైన భావన. ఇది మీ వ్యాపారం యొక్క ఆర్థిక స్థితిని అంచనా వేయడానికి మరియు మీరు ఎలాంటి నిధులు అవసరమో నిర్ణయించడానికి మీకు సహాయపడుతుంది.

ఆర్థిక ప్రణాళికను అభివృద్ధి చేయడానికి, మీరు క్రింది అంశాలను పరిగణించాలి:

- మీ వ్యాపారం యొక్క లక్ష్యాలు ఏమిటి?
- మీరు ఎలాంటి ఉత్పత్తులు లేదా సేవలను అందిస్తారు?
- మీ లక్ష్య ప్రేక్షకులు ఎవరు?
- మీరు మీ ఉత్పత్తులు లేదా సేవలను ఎలా విక్రయిస్తారు?
- మీరు ఎంత నిధులు అవసరమో?

బడ్జెట్

బడ్జెట్ అనేది మీ వ్యాపారం యొక్క ఆర్థిక కార్యకలాపాలకు ముందస్తు అంచనా. ఇది మీరు ఎంత ఖర్చు చేయబోతున్నారో మరియు ఎంత ఆదాయం పొందుతారో నిర్ణయించడానికి మీకు సహాయపడుతుంది.

బడ్జెట్‌ను అభివృద్ధి చేయడానికి, మీరు క్రింది అంశాలను పరిగణించాలి:

- మీ వ్యాపారం యొక్క ఖర్చులేమిటి?
- మీ వ్యాపారం యొక్క ఆదాయం ఏమిటి?
- మీరు ఏదైనా రుణాలు తీసుకోవాలనుకుంటున్నారా?

నిధుల ఎంపికలు

మీరు మీ వ్యాపారాన్ని ప్రారంభించడానికి నిధులను కనుగొనడానికి అనేక మార్గాలు ఉన్నాయి. కొన్ని ప్రాచుర్యం పొందిన ఎంపికలు ఇక్కడ ఉన్నాయి:

- వ్యక్తిగత నిధులు: మీరు మీ స్వంత నిధులను ఉపయోగించవచ్చు.
- కుటుంబ సహాయం: మీ కుటుంబం నుండి సహాయం పొందవచ్చు.
- రుణాలు: మీరు బ్యాంకు నుండి లేదా ఇతర రుణదాత నుండి రుణం తీసుకోవచ్చు.
- ఇన్వెస్టర్లు: మీరు ఇన్వెస్టర్ల నుండి నిధులు పొందవచ్చు.

అంచనాలు

అంచనాలు అనేది భవిష్యత్తులో ఏమి జరుగుతుందో ఒక అంచనా. అవి కొన్నిసార్లు "ప్రాజెక్షన్లు" లేదా "ప్రణాళికలు" అని కూడా పిలుస్తారు.

అంచనాలు అనేక రకాలుగా ఉపయోగించబడతాయి. వారు వ్యాపారాలు, ప్రభుత్వాలు మరియు వ్యక్తులచే ఉపయోగించబడతారు.

వ్యాపారాలు

వ్యాపారాలు తమ భవిష్యత్తు ఆదాయం, ఖర్చులు మరియు లాభాలను అంచనా వేయడానికి అంచనాలను ఉపయోగిస్తాయి. ఈ అంచనాలు వ్యాపారాలు వారి నిధుల అవసరాలను అంచనా వేయడానికి, వారి వ్యాపార విస్తరణ ప్రణాళికలను రూపొందించడానికి మరియు వారి పనితీరును పర్యవేక్షించడానికి సహాయపడతాయి.

వ్యాపార అంచనాలు

ప్రభుత్వాలు

ప్రభుత్వాలు తమ భవిష్యత్తు ఆదాయం, వ్యయాలు మరియు బడ్జెట్లను అంచనా వేయడానికి అంచనాలను ఉపయోగిస్తాయి. ఈ అంచనాలు ప్రభుత్వాలు వారి ఆర్థిక స్థితిని అంచనా వేయడానికి, వారి రాజకీయ ప్రణాళికలను రూపొందించడానికి మరియు వారి ఆర్థిక విధానాలను విధానం చేయడానికి సహాయపడతాయి.

ప్రభుత్వ అంచనాలు

వ్యక్తులు

వ్యక్తులు తమ భవిష్యత్తు ఆదాయం, ఖర్చులు మరియు ఆదాయాలను అంచనా వేయడానికి అంచనాలను ఉపయోగిస్తారు. ఈ అంచనాలు వ్యక్తులు తమ నిధుల అవసరాలను అంచనా వేయడానికి, వారి ఆర్థిక లక్ష్యాలను సాధించడానికి మరియు వారి ఆర్థిక భద్రతను మెరుగుపరచడానికి సహాయపడతాయి.

వ్యక్తిగత అంచనాలు

అంచనాల రకాలు

అంచనాలు అనేక రకాలుగా ఉంటాయి. కొన్ని సాధారణ రకాలు ఇక్కడ ఉన్నాయి:

- ఫిక్స్డ్ పెయిడ్ అంచనాలు: ఈ అంచనాలు భవిష్యత్తులో ఏమి జరుగుతుందో ఒక ఖచ్చితమైన ఊహను అందిస్తాయి.
- స్కేలింగ్ అంచనాలు: ఈ అంచనాలు భవిష్యత్తులో ఏమి జరుగుతుందో ఒక సాధారణ ఊహను అందిస్తాయి.
- సెంటిమెంటల్ అంచనాలు: ఈ అంచనాలు భవిష్యత్తులో ఏమి జరుగుతుందో ప్రజల ఆందోళనలు మరియు అంచనలపై ఆధారపడి ఉంటాయి.

అంచనాలను రూపొందించడం

అంచనాలను రూపొందించడానికి అనేక మార్గాలు ఉన్నాయి. ఒక సాధారణ పద్ధతి డేటాను విశ్లేషించడం. మీరు మీ స్వంత డేటాను ఉపయోగించవచ్చు లేదా ఇతరుల డేటాను ఉపయోగించవచ్చు.

చట్టపరమైన పరిశీలనలు: వ్యాపార రకాలు మరియు ముఖ్యమైన పత్రాలు

మీరు మీ స్వంత వ్యాపారాన్ని ప్రారంభించాలనుకుంటే, మీరు ముందుగానే కొన్ని చట్టపరమైన పరిశీలనలను చేయాలి. ఈ పరిశీలనలు మీకు మీ వ్యాపారాన్ని చట్టబద్ధంగా ప్రారంభించడంలో మరియు మీ వ్యాపారాన్ని రక్షించడంలో సహాయపడతాయి.

వ్యాపార రకాలు

భారతదేశంలో, వ్యాపారాలను అనేక రకాలుగా వర్గీకరించవచ్చు. కొన్ని సాధారణ రకాలు ఇక్కడ ఉన్నాయి:

- ఒంటరి వ్యాపారం: ఒక వ్యక్తి మాత్రమే యజమాని అయిన వ్యాపారం.
- భాగస్వామ్యం: రెండు లేదా అంతకంటే ఎక్కువ వ్యక్తులు కలిసి యజమాని అయిన వ్యాపారం.
- లిమిటెడ్ లియాబిలిటీ కంపెనీ (LTD): ఒక వ్యాపారం, దీనిలో యజమానులు వారి వ్యక్తిగత ఆస్తితో వ్యాపారం యొక్క బాధ్యతలకు హామీ ఇవ్వరు.
- ప్రైవేట్ లిమిటెడ్ లియాబిలిటీ కంపెనీ (PVT LTD): ఒక LTD, దీనిలో షేర్లు ప్రజలకు అందుబాటులో లేవు.
- పబ్లిక్ లిమిటెడ్ లియాబిలిటీ కంపెనీ (PUBL LTD): ఒక LTD, దీనిలో షేర్లు ప్రజలకు అందుబాటులో ఉన్నాయి.

మీరు మీ వ్యాపారానికి ఏ రకంను ఎంచుకోవాలో నిర్ణయించడానికి మీరు మీ వ్యాపార లక్ష్యాలు, మీ వ్యక్తిగత

పరిస్థితులు మరియు మీరు తీసుకోగలిగే ఆర్థిక నష్టాన్ని పరిగణించాలి.

ముఖ్యమైన పత్రాలు

మీరు మీ వ్యాపారాన్ని చట్టబద్ధంగా ప్రారంభించడానికి, మీరు కొన్ని ముఖ్యమైన పత్రాలను సమర్పించాలి. ఈ పత్రాలు మీ వ్యాపారం యొక్క లక్ష్యాలు, నిర్వహణ మరియు నిర్వహణను వివరిస్తాయి.

కొన్ని సాధారణ ముఖ్యమైన పత్రాలు ఇక్కడ ఉన్నాయి:

- వ్యాపార ప్లాన్: మీ వ్యాపారం యొక్క లక్ష్యాలు, మార్కెటింగ్ ప్రణాళిక మరియు ఆర్థిక ప్రణాళికను వివరించే పత్రం.
- సంస్థాగత పత్రం: మీ వ్యాపారం యొక్క నిర్వహణ మరియు నిర్వహణను వివరించే పత్రం.
- వ్యాపార రిజిస్ట్రేషన్: మీ వ్యాపారాన్ని ప్రభుత్వ రిజిస్ట్రీలో నమోదు చేసే ప్రక్రియ.
- పన్నుల నమోదు: మీ వ్యాపారానికి సంబంధించిన అన్ని పన్నులను నమోదు చేసే ప్రక్రియ.

మీరు మీ వ్యాపారాన్ని ప్రారంభించడానికి ముందు, మీరు మీకు అవసరమైన అన్ని ముఖ్యమైన పత్రాలను సమర్పించారని నిర్ధారించుకోండి.

Chapter 3: Building the Foundation: Launching and Operating Your Venture

అధ్యాయం 3: పునాది నిర్మాణం: మీ వెంచర్‌ను ప్రారంభించడం మరియు నిర్వహించడం

మార్కెటింగ్ వ్యూహాలు: మీ ప్రేక్షకులను చేరుకోవడానికి ఆన్‌లైన్ మరియు ఆఫ్‌లైన్ వ్యూహాలు

మీరు మీ వ్యాపారాన్ని విజయవంతంగా చేయాలనుకుంటే, మీరు మీ లక్ష్య ప్రేక్షకులను చేరుకోవడానికి ఒక మార్కెటింగ్ వ్యూహాన్ని అభివృద్ధి చేయాలి. మీ మార్కెటింగ్ వ్యూహం మీ వ్యాపారం యొక్క లక్ష్యాలు, మీ లక్ష్య ప్రేక్షకులు మరియు మీ వ్యాపారం యొక్క బడ్జెట్‌ను పరిగణనలోకి తీసుకోవాలి.

ఆన్‌లైన్ మార్కెటింగ్ వ్యూహాలు

ఆన్‌లైన్ మార్కెటింగ్ అనేది మీ లక్ష్య ప్రేక్షకులను ఆన్‌లైన్‌లో చేరుకోవడానికి ఉపయోగించే మార్కెటింగ్ వ్యూహాల సమితి. ఆన్‌లైన్ మార్కెటింగ్ వ్యూహాలలో కొన్ని సాధారణ విధానాలు ఇక్కడ ఉన్నాయి:

- వెబ్‌సైట్ మరియు సోషల్ మీడియా: మీ వెబ్‌సైట్ మరియు సోషల్ మీడియా ఖాతాలను మీ వ్యాపారం గురించి మరియు మీ ఉత్పత్తులు లేదా సేవల గురించి సమాచారాన్ని అందించడానికి ఉపయోగించండి.
- సెర్చ్ ఇంజన్ ఆప్టిమైజేషన్ (SEO) మరియు పేమ్డ్ సెర్చ్: మీ వెబ్‌సైట్‌ను సర్చ్ ఇంజన్‌లలో ఎగువ

స్థానాలలో కనిపించేలా చేయడానికి SEO మరియు పేమ్డ్ సెర్చ్‌ను ఉపయోగించండి.

- ఇమెయిల్ మార్కెటింగ్: మీ కస్టమర్‌లతో కనెక్ట్ అవ్వడానికి మరియు మీ ఉత్పత్తులు లేదా సేవల గురించి వారికి తెలియజేయడానికి ఇమెయిల్ మార్కెటింగ్‌ను ఉపయోగించండి.
- ఇన్‌ఫ్లుయెన్సర్ మార్కెటింగ్: మీ ఉత్పత్తులు లేదా సేవలను ప్రోత్సహించడానికి ఇన్‌ఫ్లుయెన్సర్‌లతో భాగస్వామ్యం కలిగి ఉండండి.

ఆఫ్‌లైన్ మార్కెటింగ్ వ్యూహాలు

ఆఫ్‌లైన్ మార్కెటింగ్ అనేది మీ లక్ష్య ప్రేక్షకులను ఆన్‌లైన్‌కు వెలుపల చేరుకోవడానికి ఉపయోగించే మార్కెటింగ్ వ్యూహాల సమితి. ఆఫ్‌లైన్ మార్కెటింగ్ వ్యూహాలలో కొన్ని సాధారణ విధానాలు ఇక్కడ ఉన్నాయి:

- ప్రకటనలు: మీ వ్యాపారం మరియు మీ ఉత్పత్తులు లేదా సేవల గురించి ప్రజలకు తెలియజేయడానికి ప్రకటనలను ఉపయోగించండి.
- ప్రచురణ: మీ వ్యాపారం గురించి ప్రజలకు తెలియజేయడానికి ప్రచురణను ఉపయోగించండి.

మీ బృందాన్ని నిర్మించడం: సరైన సహకారులు మరియు సలహాదారులను కనుగొనడం

మీరు మీ స్వంత వ్యాపారాన్ని ప్రారంభించాలనుకుంటే, మీరు మీ బృందాన్ని నిర్మించడం చాలా ముఖ్యం. మీ బృందం మీ వ్యాపారం యొక్క విజయానికి కీలకం.

సరైన సహకారులను ఎంచుకోవడం

మీ బృందంలో మీకు సహాయపడే మరియు మీ లక్ష్యాలను సాధించడంలో మీకు మద్దతు ఇచ్చే సహకారులు ఉండాలి. మీ సహకారులను ఎంచుకునేటప్పుడు, మీరు పరిగణించవలసిన కొన్ని అంశాలు ఇక్కడ ఉన్నాయి:

- అనుభవం: మీ సహకారులు మీ వ్యాపార రంగంలో అనుభవం కలిగి ఉండాలి.
- జ్ఞానం: మీ సహకారులు మీ వ్యాపారానికి సంబంధించిన జ్ఞానాన్ని కలిగి ఉండాలి.
- నైపుణ్యాలు: మీ సహకారులు మీ వ్యాపారానికి అవసరమైన నైపుణ్యాలను కలిగి ఉండాలి.
- వ్యక్తిత్వం: మీ సహకారులు మీతో మరియు మీ వ్యాపారానికి బాగా సరిపోతారు.

సరైన సలహాదారులను కనుగొనడం

మీకు సలహా ఇవ్వడానికి మరియు మీరు తప్పులు చేయకుండా నిరోధించడానికి మీకు సలహాదారులు అవసరం. మీ సలహాదారులను ఎంచుకునేటప్పుడు, మీరు పరిగణించవలసిన కొన్ని అంశాలు ఇక్కడ ఉన్నాయి:

- అనుభవం: మీ సలహాదారులు మీ వ్యాపార రంగంలో అనుభవం కలిగి ఉండాలి.
- జ్ఞానం: మీ సలహాదారులు మీ వ్యాపారానికి సంబంధించిన జ్ఞానాన్ని కలిగి ఉండాలి.
- నైపుణ్యాలు: మీ సలహాదారులు మీ వ్యాపారానికి అవసరమైన నైపుణ్యాలను కలిగి ఉండాలి.
- బాధ్యత: మీ సలహాదారులు మీ వ్యాపారానికి బాధ్యతాయుతంగా ఉంటారు.

మీ బృందాన్ని ఎలా నిర్మించాలి

మీ బృందాన్ని నిర్మించడానికి అనేక మార్గాలు ఉన్నాయి. మీరు మీ నెట్‌వర్క్‌లోని వ్యక్తులను సంప్రదించవచ్చు, ఉద్యోగాల కోసం వెతకవచ్చు లేదా ఫ్రీలాన్సర్లను నియమించవచ్చు.

మీరు మీ బృందాన్ని నిర్మించడం ప్రారంభించినప్పుడు, మీరు క్రింది దశలను అనుసరించాలి:

1. మీ వ్యాపారం యొక్క అవసరాలను నిర్వచించండి. మీకు ఏ రకమైన సహకారం మరియు సలహా అవసరం?
2. మీకు అవసరమైన నైపుణ్యాలు మరియు అనుభవాన్ని కలిగి ఉన్న వ్యక్తులను కనుగొనండి.
3. మీతో మరియు మీ వ్యాపారానికి బాగా సరిపోయే వ్యక్తులను ఎంచుకోండి.

కార్యకలాపాలు మరియు లాజిస్టిక్స్‌ను నిర్వహించడం: సామర్థ్యం కోసం వ్యవస్థలు మరియు సాధనాలు

కార్యకలాపాలు మరియు లాజిస్టిక్స్ అనేవి ఏదైనా వ్యాపారం యొక్క ముఖ్యమైన అంశాలు. ఈ రంగాలు సమర్థవంతంగా నిర్వహించబడితే, వ్యాపారం ఉత్పాదకతను పెంచుకోవచ్చు, ఖర్చులను తగ్గించుకోవచ్చు మరియు మెరుగైన కస్టమర్ సేవను అందించగలదు.

కార్యకలాపాలను నిర్వహించడానికి వ్యవస్థలు మరియు సాధనాలు

కార్యకలాపాలను నిర్వహించడానికి అనేక వ్యవస్థలు మరియు సాధనాలు అందుబాటులో ఉన్నాయి. ఈ వ్యవస్థలు మరియు సాధనాలు వ్యాపారానికి సమర్థవంతంగా మరియు లాభదాయకంగా పనిచేయడంలో సహాయపడతాయి.

కొన్ని సాధారణ కార్యకలాపాల నిర్వహణ వ్యవస్థలు మరియు సాధనాలు:

- మేనేజ్‌మెంట్ ఇన్ఫర్మేషన్ సిస్టమ్‌లు (MIS): MISలు వ్యాపారానికి సమాచారాన్ని సేకరించడానికి, నిల్వ చేయడానికి మరియు విశ్లేషించడానికి సహాయపడతాయి.
- కస్టమర్ రిలేషన్‌షిప్ మేనేజ్‌మెంట్ (CRM) సాఫ్ట్‌వేర్: CRM సాఫ్ట్‌వేర్ వ్యాపారానికి కస్టమర్‌లను నిర్వహించడానికి మరియు సంబంధాలను నిర్మించడానికి సహాయపడుతుంది.

- ఉత్పత్తి జీవిత చక్ర నిర్వహణ (PLM) సాఫ్ట్‌వేర్: PLM సాఫ్ట్‌వేర్ వ్యాపారానికి ఉత్పత్తులను అభివృద్ధి చేయడానికి, రూపొందించడానికి మరియు మార్కెట్ చేయడానికి సహాయపడుతుంది.
- లాజిస్టిక్స్ మేనేజ్‌మెంట్ సిస్టమ్‌లు (LMS): LMSలు వ్యాపారానికి సరఫరా మరియు పంపిణీ ప్రక్రియలను నిర్వహించడంలో సహాయపడతాయి.

లాజిస్టిక్స్‌ను నిర్వహించడానికి వ్యవస్థలు మరియు సాధనాలు

లాజిస్టిక్స్‌ను నిర్వహించడానికి అనేక వ్యవస్థలు మరియు సాధనాలు అందుబాటులో ఉన్నాయి. ఈ వ్యవస్థలు మరియు సాధనాలు వ్యాపారానికి సరుకులను సమర్థవంతంగా మరియు సమయానికి సరఫరా చేయడంలో సహాయపడతాయి.

కస్టమర్ సేవ: సంబంధాలు నిర్మించడం మరియు విధేయతను పెంపొందించడం

కస్టమర్ సేవ అనేది ఏదైనా వ్యాపారం యొక్క గుండె. కస్టమర్లకు మంచి సేవను అందించడం వల్ల వ్యాపారం విజయం సాధించడానికి మరియు విధేయతను పెంచుకోవడానికి సహాయపడుతుంది.

కస్టమర్ సేవ యొక్క ప్రాముఖ్యత

కస్టమర్ సేవ యొక్క ప్రాముఖ్యతను అంచనా వేయడం కష్టం. ఒక అధ్యయనం ప్రకారం, 96% మంది కస్టమర్లు మంచి కస్టమర్ సేవను అందించే వ్యాపారాలకు మళ్లీ తిరిగి వస్తారు. అదనంగా, 70% మంది కస్టమర్లు మంచి కస్టమర్ సేవను అందించే వ్యాపారాలను వారి స్నేహితులు మరియు కుటుంబ సభ్యులకు సిఫార్సు చేస్తారు.

కస్టమర్ సేవ యొక్క ప్రయోజనాలు

కస్టమర్ సేవ యొక్క అనేక ప్రయోజనాలు ఉన్నాయి. కొన్ని ప్రయోజనాలు ఇక్కడ ఉన్నాయి:

- విధేయత పెంపొందించండి: కస్టమర్లకు మంచి సేవను అందించడం వల్ల వారు మీ వ్యాపారానికి విధేయులవుతారు మరియు మళ్లీ మళ్లీ తిరిగి వస్తారు.
- లాభాలను పెంచండి: కస్టమర్ సేవను మెరుగుపరచడం వల్ల మీ వ్యాపారం యొక్క లాభాలను పెంచవచ్చు.

- ప్రతిష్టను పెంచండి: కస్టమర్‌లకు మంచి సేవను అందించడం వల్ల మీ వ్యాపారానికి మంచి ప్రతిష్ట లభిస్తుంది.

కస్టమర్ సేవను మెరుగుపరచడానికి మార్గాలు

కస్టమర్ సేవను మెరుగుపరచడానికి అనేక మార్గాలు ఉన్నాయి. కొన్ని మార్గాలు ఇక్కడ ఉన్నాయి:

- మీ కస్టమర్‌లను అర్థం చేసుకోండి: మీ కస్టమర్‌ల యొక్క అవసరాలు మరియు ఆకాంక్షలను అర్థం చేసుకోవడం చాలా ముఖ్యం.
- సానుకూల మరియు సహాయకరమైన వైఖరిని కలిగి ఉండండి: కస్టమర్‌లతో మీరు ఎలా సంభాషిస్తారో చాలా ముఖ్యం.
- వేగంగా మరియు సమర్థవంతంగా ప్రతిస్పందించండి: కస్టమర్‌ల అభ్యర్థనలకు త్వరగా మరియు సమర్థవంతంగా ప్రతిస్పందించడం ముఖ్యం.
- ప్రత్యేకమైన మరియు గుర్తుంచుకోగలిగే అనుభవాన్ని అందించండి: మీ కస్టమర్‌లకు ప్రత్యేకమైన మరియు గుర్తుంచుకోగలిగే అనుభవాన్ని అందించడానికి మీరు ప్రయత్నించాలి.

కస్టమర్ సేవ సంబంధాలను నిర్మించడానికి మరియు విధేయతను పెంపొందించడానికి ఒక శక్తివంతమైన సాధనం.

Chapter 4: Facing the Challenges: Overcoming Obstacles and Adapting

అధ్యాయం 4: సవాళ్లను ఎదుర్కోవడం: అడ్డంకులను అధిగమించడం మరియు అనుసరించడం

రిస్క్‌ను నిర్వహించడం మరియు విఫలతలను ఎదుర్కోవడం: స్థిరత్వం మరియు సమస్యల పరిష్కారం

రిస్క్ అనేది ఏదైనా వ్యాపారం లేదా సృజనాత్మక ప్రాజెక్ట్‌లో అంతర్లీనంగా ఉంటుంది. రిస్క్‌ను నిర్వహించడం మరియు విఫలతలను ఎదుర్కోవడం అనేది స్థిరత్వం మరియు సమస్యల పరిష్కారానికి చాలా ముఖ్యమైన నైపుణ్యాలు.

రిస్క్‌ను నిర్వహించడం

రిస్క్‌ను నిర్వహించడం అనేది రిస్క్‌లను అంచనా వేయడం మరియు వాటిని తగ్గించడానికి చర్యలు తీసుకోవడం. రిస్క్‌ను నిర్వహించడానికి కొన్ని మార్గాలు ఇక్కడ ఉన్నాయి:

- రిస్క్‌లను అంచనా వేయండి: మీ వ్యాపారం లేదా ప్రాజెక్ట్‌కు ఎటువంటి రిస్క్‌లు ఉన్నాయో గుర్తించండి.
- రిస్క్‌లను తగ్గించండి: రిస్క్‌లను తగ్గించడానికి చర్యలు తీసుకోండి. ఉదాహరణకు, మీరు ఒక కొత్త ఉత్పత్తిని అభివృద్ధి చేస్తున్నట్లయితే, ముందు ఒక ప్రయోగాత్మక నమూనాను సృష్టించడం ద్వారా మీరు మార్కెట్ ప్రతిస్పందనను అంచనా వేయవచ్చు.

- రిస్క్‌లను తట్టుకోగలగడానికి సిద్ధంగా ఉండండి: మీరు రిస్క్‌ను పూర్తిగా తొలగించలేకపోతే, రిస్క్ సంభవించినప్పుడు దానిని ఎలా ఎదుర్కోవాలో మీకు ఒక ప్రణాళిక ఉండాలి.

విఫలతలను ఎదుర్కోవడం

విఫలత అనేది జీవితంలో అంతర్లీనంగా ఉంటుంది. విఫలతలను ఎదుర్కోవడం అనేది స్థిరత్వం మరియు సమస్యల పరిష్కారానికి చాలా ముఖ్యమైన నైపుణ్యం.

విఫలతలను ఎదుర్కోవడానికి కొన్ని మార్గాలు ఇక్కడ ఉన్నాయి:

- విఫలతను స్వీకరించండి: విఫలతను స్వీకరించడానికి మీరు సిద్ధంగా ఉండాలి. విఫలత ఒక భయంకరమైన విషయం కాదు, ఇది మీరు నేర్చుకోవడానికి మరియు మెరుగుపరచుకోవడానికి అవకాశం.
- విఫలత నుండి నేర్చుకోండి: విఫలత నుండి నేర్చుకోవడానికి మీరు సమయం కేటాయించాలి. విఫలతకు కారణమేమిటో అర్థం చేసుకోండి మరియు మీరు భవిష్యత్తులో దానిని ఎలా నివారించవచ్చో ఆలోచించండి.
- పట్టుదల కోల్పోవద్దు: విఫలత మిమ్మల్ని నిరాశపరుస్తుందని మీరు భావించవచ్చు. అయితే, పట్టుదల కోల్పోవద్దు. మీరు మీ లక్ష్యాలను సాధించడానికి కృషి చేయడం కొనసాగించాలి.

అధ్యయనాలు మరియు వ్యవస్థాపకతను సమతుల్యం చేయడం: సమయ నిర్వహణ మరియు ప్రాధాన్యత

అధ్యయనాలు మరియు వ్యవస్థాపకత అనేవి రెండు చాలా డిమాండ్‌గా ఉండే కార్యకలాపాలు. అధ్యయనాలు సమయం మరియు కృషిని తీసుకుంటాయి, అయితే వ్యవస్థాపకత కూడా చాలా సమయం మరియు కృషిని తీసుకుంటుంది. ఈ రెండింటినీ సమతుల్యం చేయడం కష్టమైన పనిగా ఉంటుంది, కానీ అసాధ్యం కాదు.

సమయ నిర్వహణ

సమయ నిర్వహణ అనేది అధ్యయనాలు మరియు వ్యవస్థాపకతను సమతుల్యం చేయడంలో చాలా ముఖ్యమైన అంశం. మీరు మీ సమయాన్ని ఎలా నిర్వహించాలో తెలుసుకోవడం ద్వారా, మీరు రెండింటిలోనూ మంచి ఫలితాలను సాధించగలరు.

సమయ నిర్వహణలో మీకు సహాయపడే కొన్ని చిట్కాలు ఇక్కడ ఉన్నాయి:

- మీ లక్ష్యాలను నిర్వచించండి: మీరు ఏమి సాధించాలనుకుంటున్నారో తెలుసుకోవడం ద్వారా, మీరు మీ సమయాన్ని ఎలా నిర్వహించాలో మంచి ప్రణాళికను రూపొందించవచ్చు.
- ఒక కార్యక్రమాన్ని రూపొందించండి: మీ లక్ష్యాలను సాధించడానికి మీరు ఏమి చేయాలి అనే దానిపై ఒక కార్యక్రమాన్ని రూపొందించండి.

- మీ సమయాన్ని ట్రాక్ చేయండి: మీరు మీ సమయాన్ని ఎలా ఉపయోగిస్తున్నారో తెలుసుకోవడానికి మీ సమయాన్ని ట్రాక్ చేయండి.
- ప్రాధాన్యత ఇవ్వండి: మీరు ఏ పనులను మొదట చేయాలో నిర్ణయించడానికి ప్రాధాన్యత ఇవ్వండి.

ప్రాధాన్యత

ప్రాధాన్యత అనేది సమయ నిర్వహణలో మరొక ముఖ్యమైన అంశం. మీరు మీ పనులకు ప్రాధాన్యత ఇవ్వడం ద్వారా, మీరు మీ సమయాన్ని మరింత సమర్థవంతంగా ఉపయోగించవచ్చు.

మీ పనులకు ప్రాధాన్యత ఇవ్వడంలో మీకు సహాయపడే కొన్ని చిట్కాలు ఇక్కడ ఉన్నాయి:

- ముఖ్యమైన మరియు అత్యవసరమైన పనులను గుర్తించండి: ఏ పనులు ముఖ్యమైనవి మరియు ఏ పనులు అత్యవసరమైనవి అనే దానిపై ఆలోచించండి.
- ముఖ్యమైన పనులను మొదట చేయండి: మీరు ముఖ్యమైన పనులను మొదట చేయడం ద్వారా, మీరు మీ లక్ష్యాలను సాధించడానికి మరింత దగ్గరగా ఉంటారు.

ఆర్థిక వెనుకబాటులను ఎదుర్కోవడం మరియు మద్దతు కోసం వెతకడం

ఆర్థిక వెనుకబాటు అనేది చాలా మంది ఎదుర్కొనే సాధారణ సమస్య. ఇది ఉద్యోగం కోల్పోవడం, ఆరోగ్య సమస్యలు లేదా ఇతర అనుకోని సంఘటనల వల్ల సంభవించవచ్చు. ఆర్థిక వెనుకబాటును ఎదుర్కోవడం కష్టమైన పనిగా ఉంటుంది, కానీ మద్దతు మరియు సహాయం అందుబాటులో ఉంది.

ఆర్థిక వెనుకబాటులను ఎదుర్కోవడానికి మార్గాలు

ఆర్థిక వెనుకబాటును ఎదుర్కోవడానికి అనేక మార్గాలు ఉన్నాయి. కొన్ని సాధారణ మార్గాలు ఇక్కడ ఉన్నాయి:

- మీ ఖర్చులను తగ్గించండి: మీరు ఎంత ఖర్చు చేస్తున్నారో తెలుసుకోవడం ద్వారా, మీరు మీ ఖర్చులను తగ్గించడానికి ఎక్కడ మార్పులు చేయవచ్చో తెలుసుకోవచ్చు.
- అదనపు ఆదాయాన్ని పొందండి: ఉద్యోగం కోల్పోయినట్లయితే, మీరు పార్ట్‌టైమ్ ఉద్యోగం లేదా స్వీయ-ఉపాధిని పొందాలని పరిగణించవచ్చు.
- సహాయం కోసం అడగండి: మీకు ఆర్థిక సహాయం అవసరమైతే, మీరు మీ కుటుంబం, స్నేహితులు లేదా ప్రభుత్వ సంస్థల నుండి సహాయం కోసం అడగవచ్చు.

ఆర్థిక మద్దతు కోసం అందుబాటులో ఉన్న వనరులు

ఆర్థిక మద్దతు కోసం అనేక వనరులు అందుబాటులో ఉన్నాయి. కొన్ని సాధారణ వనరులు ఇక్కడ ఉన్నాయి:

- ప్రభుత్వ సంక్షోభ సహాయం: ప్రభుత్వం ఉద్యోగం కోల్పోయిన లేదా ఆర్థికంగా కష్టాలను ఎదుర్కొంటున్న వ్యక్తులకు సహాయం అందించే అనేక కార్యక్రమాలను అందిస్తుంది.

- అనాథాశ్రయాలు మరియు పాఠశాలలు: అనేక ఆశ్రయాలు మరియు పాఠశాలలు ఆర్థికంగా కష్టాలను ఎదుర్కొంటున్న విద్యార్థులకు ఆర్థిక సహాయం అందిస్తాయి.

- స్వచ్ఛంద సంస్థలు: అనేక స్వచ్ఛంద సంస్థలు ఆర్థికంగా కష్టాలను ఎదుర్కొంటున్న వ్యక్తులకు ఆహారం, ఆవాసం మరియు ఇతర సహాయం అందిస్తాయి.

మద్దతు పొందడం ముఖ్యం

ఆర్థిక వెనుకబాటును ఎదుర్కోవడం కష్టమైన పనిగా ఉంటుంది, కానీ మద్దతు పొందడం ముఖ్యం. మీకు తెలిసిన వ్యక్తుల నుండి మద్దతు పొందండి లేదా మీకు సహాయం చేయడానికి అందుబాటులో ఉన్న వనరులను అన్వేషించండి. మద్దతుతో, మీరు ఈ కష్ట సమయాన్ని అధిగమించగలరు.

మారుతులనివారంగా మార్కెట్ ధోరణులు మరియు సాంకేతిక పురోగతికి అనుసరించడం

మార్కెట్ ధోరణులు మరియు సాంకేతిక పురోగతి నిరంతరం మారుతుంటాయి. ఈ మార్పులను అనుసరించడం మరియు మీ వ్యాపారాన్ని తగినట్లుగా సర్దుబాటు చేయడం చాలా ముఖ్యం.

మార్కెట్ ధోరణులను అర్థం చేసుకోవడం

మీ మార్కెట్‌లో ఏమి జరుగుతుందో తెలుసుకోవడం చాలా ముఖ్యం. మీ కస్టమర్ల అవసరాలు మరియు ఆకాంక్షలు ఎలా మారుతున్నాయో తెలుసుకోండి. మీ పోటీదారులు ఏమి చేస్తున్నారో కూడా తెలుసుకోండి.

మార్కెట్ ధోరణులను అర్థం చేసుకోవడానికి మీరు చేయగలిగే కొన్ని విషయాలు ఇక్కడ ఉన్నాయి:

- పరిశోధన చేయండి: మీ మార్కెట్‌లోని తాజా ట్రెండ్‌ల గురించి తెలుసుకోవడానికి ఆన్‌లైన్‌లో మరియు ప్రచురణలలో పరిశోధన చేయండి.
- మీ కస్టమర్లతో మాట్లాడండి: మీ కస్టమర్ల అవసరాలు మరియు ఆకాంక్షల గురించి తెలుసుకోవడానికి వారితో మాట్లాడండి.
- మీ పోటీదారులను పరిశీలించండి: మీ పోటీదారులు ఏమి చేస్తున్నారో తెలుసుకోవడానికి వారి వెబ్‌సైట్‌లు, సోషల్ మీడియా ఖాతాలు మరియు ఇతర మూలాలను పరిశీలించండి.

సాంకేతిక పురోగతిని అనుసరించడం

సాంకేతికత వేగంగా అభివృద్ధి చెందుతోంది. మీ వ్యాపారాన్ని ఈ అభివృద్ధులకు అనుగుణంగా ఉంచడం చాలా ముఖ్యం.

సాంకేతిక పురోగతిని అనుసరించడానికి మీరు చేయగలిగే కొన్ని విషయాలు ఇక్కడ ఉన్నాయి:

- మీ టెక్నాలజీ జ్ఞానాన్ని పెంచుకోండి: మీ వ్యాపారానికి సంబంధించిన తాజా సాంకేతిక పరిజ్ఞానాల గురించి తెలుసుకోండి.
- సాంకేతిక నిపుణులతో కలసి పని చేయండి: మీ వ్యాపారానికి తగిన సాంకేతిక పరిష్కారాలను కనుగొనడంలో మీకు సహాయపడే సాంకేతిక నిపుణులతో కలసి పని చేయండి.
- నూతన సాంకేతిక పరిష్కారాలను ప్రయత్నించండి: మీ వ్యాపారానికి సరిపోయే నూతన సాంకేతిక పరిష్కారాలను ప్రయత్నించండి.

మార్కెట్ ధోరణులను మరియు సాంకేతిక పురోగతిని అనుసరించడం ద్వారా, మీరు మీ వ్యాపారాన్ని విజయవంతంగా ఉంచుకోవచ్చు.

Chapter 5: Funding Your Future: Exploring Investment Opportunities

అధ్యాయం 5: భవిష్యత్ నిర్మాణం: పెట్టుబడి అవకాశాల అన్వేషణ

బూట్‌స్ట్రాపింగ్ మరియు స్వీయ-నిధులు: ప్రారంభించడానికి సృజనాత్మక మార్గాలు

ఎవరైనా ఒక వ్యాపారాన్ని ప్రారంభించాలనుకుంటే, వారు డబ్బును కనుగొనవలసి ఉంటుంది. రుణాలు లేదా పెట్టుబడి పెట్టడం వంటి అనేక మార్గాలు ఉన్నాయి. అయితే, చాలా మంది వ్యాపారవేత్తలు బూట్‌స్ట్రాప్ మార్గాన్ని ఎంచుకుంటారు.

బూట్‌స్ట్రాప్ అంటే మీ స్వంత నిధులపై ప్రారంభించడం. ఇది ఒక సవాలు, కానీ ఇది సాధ్యమే.

స్వీయ-నిధులు అనేది బూట్‌స్ట్రాప్‌కు సమానమైనది, కానీ ఇది ఒక వ్యక్తి లేదా కంపెనీ నుండి నిధులను సేకరించడం కూడా కలిగి ఉంటుంది. ఇది బూట్‌స్ట్రాప్ కంటే కొంచెం సులభం, కానీ ఇది ఇప్పటికీ సవాలుగా ఉంటుంది.

బూట్‌స్ట్రాప్ లేదా స్వీయ-నిధులతో ప్రారంభించడానికి కొన్ని సృజనాత్మక మార్గాలు ఇక్కడ ఉన్నాయి:

- మీ స్వంత సమయం మరియు కృషిని కేటాయించండి: మీరు మీ వ్యాపారం కోసం పని చేయడానికి మీ స్వంత సమయం మరియు కృషిని కేటాయించడం ద్వారా మీరు డబ్బు ఆదా చేయవచ్చు.

- మీరు ఇప్పటికే కలిగి ఉన్న వనరులను ఉపయోగించండి: మీరు ఇప్పటికే కలిగి ఉన్న వనరులను ఉపయోగించడం ద్వారా మీరు డబ్బు ఆదా చేయవచ్చు. ఉదాహరణకు, మీరు మీ ఇంటిని కార్యాలయంగా ఉపయోగించవచ్చు లేదా మీ స్నేహితులు లేదా కుటుంబ సభ్యుల సహాయం పొందవచ్చు.

- సోషల్ మీడియా మరియు ఇతర ఆన్‌లైన్ టూల్‌లను ఉపయోగించండి: సోషల్ మీడియా మరియు ఇతర ఆన్‌లైన్ టూల్‌లను ఉపయోగించడం ద్వారా మీరు మీ వ్యాపారాన్ని ప్రచారం చేయడానికి మరియు మీ కస్టమర్లను చేరుకోవడానికి డబ్బు ఆదా చేయవచ్చు.

- మీ ఉత్పత్తులు లేదా సేవలను తగ్గించండి: మీ ఉత్పత్తులు లేదా సేవలను తగ్గించడం ద్వారా మీరు మరింత మంది కస్టమర్లను ఆకర్షించడం ద్వారా డబ్బు ఆదా చేయవచ్చు. అయితే, మీరు మీ లాభాలను తగ్గించవచ్చని గుర్తుంచుకోండి.

పెట్టుబడిదారులకు పిచ్చింగ్: ఆకట్టుకునే ప్రజెంటేషన్‌ను సిద్ధం చేయడం మరియు షరతులను అర్థం చేసుకోవడం

పెట్టుబడిదారులను ఆకట్టుకోవడం అనేది ఒక కష్టమైన పని, కానీ అది సాధ్యం. మీరు మీ వ్యాపార ఆలోచనను బలంగా ప్రదర్శించగలిగితే మరియు మీరు పెట్టుబడిదారులకు విలువను అందించగలిగితే, మీరు నిధులను సేకరించగలరు.

ఆకట్టుకునే ప్రజెంటేషన్‌ను సిద్ధం చేయడం

మీ పిచ్చింగ్ ప్రజెంటేషన్ మీ వ్యాపార ఆలోచనను పెట్టుబడిదారులకు వివరించే మీ అవకాశం. మీరు ఈ ప్రజెంటేషన్‌ను చాలా జాగ్రత్తగా సిద్ధం చేయాలి.

మీ ప్రజెంటేషన్‌లో ఈ అంశాలను చేర్చండి:

- ప్రచోదన: మీ ప్రజెంటేషన్‌ను ఒక బలమైన ప్రచోదనతో ప్రారంభించండి. ఇది పెట్టుబడిదారుల దృష్టిని ఆకర్షించాలి మరియు వారి ఆసక్తిని పెంచాలి.
- మీ వ్యాపార ఆలోచన: మీ వ్యాపార ఆలోచనను వివరించండి. మీరు ఎలాంటి ఉత్పత్తి లేదా సేవను అందిస్తున్నారు? మీ మార్కెట్ ఎవరు? మీ వ్యాపారం ఎలా విజయవంతం అవుతుంది?
- మీ బృందం: మీ బృందాన్ని పరిచయం చేయండి. మీరు ఎవరు? మీకు ఈ వ్యాపారాన్ని విజయవంతం చేయడానికి అవసరమైన నైపుణ్యాలు మరియు అనుభవం ఉన్నాయా?

- మీ ఫైనాన్షియల్స్: మీ వ్యాపారానికి ఎంత నిధుల అవసరం? మీరు ఆ నిధులను ఎలా ఉపయోగిస్తారు?

మీ ప్రజెంటేషన్ను సంక్షిప్తంగా మరియు సరళంగా ఉంచండి. పెట్టుబడిదారులు చాలా సమయం లేదని గుర్తుంచుకోండి. మీ ప్రధాన పాయింట్లను స్పష్టంగా మరియు సంక్షిప్తంగా తెలియజేయండి.

మీ ప్రజెంటేషన్ను ప్రాక్టీస్ చేయండి. మీరు దానిని స్మరించుకోగలరని నిర్ధారించుకోండి మరియు మీరు ప్రశ్నలకు సమాధానం ఇవ్వగలరని నిర్ధారించుకోండి.

షరతులను అర్థం చేసుకోవడం

పెట్టుబడిదారులు మీకు నిధులు అందించడానికి ముందు, వారు మీతో ఒక ఒప్పందం కుదుర్చుకుంటారు. ఈ ఒప్పందం పెట్టుబడిదారులకు మరియు మీకు సంబంధించిన షరతులను కలిగి ఉంటుంది.

ఈ షరతులను జాగ్రత్తగా చదవండి మరియు మీరు వాటిని అర్థం చేసుకున్నారని నిర్ధారించుకోండి. మీకు ఏవైనా ప్రశ్నలు ఉంటే, మీ పెట్టుబడిదారుతో వాటిని చర్చించండి.

క్రౌడ్‌ఫండింగ్ మరియు ఇతర ప్రత్యామ్నాయ నిధుల ఎంపికలు

వ్యాపారాన్ని ప్రారంభించడానికి లేదా వ్యాపారాన్ని విస్తరించడానికి నిధులను సేకరించడం ఒక సవాలుగా ఉంటుంది. సాంప్రదాయిక రుణాలు లేదా పెట్టుబడుల నుండి నిధులు పొందడం కష్టమైతే, క్రౌడ్‌ఫండింగ్ మరియు ఇతర ప్రత్యామ్నాయ నిధుల ఎంపికలు అందుబాటులో ఉన్నాయి.

క్రౌడ్‌ఫండింగ్

క్రౌడ్‌ఫండింగ్ అనేది పెద్ద సంఖ్యలో వ్యక్తుల నుండి నిధులను సేకరించే ప్రక్రియ. ఇది ఆన్‌లైన్‌లో జరుగుతుంది మరియు ఇది చాలా విభిన్న రకాల వ్యాపారాలకు అనుకూలంగా ఉంటుంది.

క్రౌడ్‌ఫండింగ్ యొక్క రెండు ప్రధాన రకాలు ఉన్నాయి:

- రివార్డ్-బేస్‌డ్ క్రౌడ్‌ఫండింగ్: ఈ రకమైన క్రౌడ్‌ఫండింగ్‌లో, పెట్టుబడిదారులు మీ ఉత్పత్తి లేదా సేవకు ముందుగానే ప్రాప్యతను పొందడం వంటి రివార్డులను పొందుతారు.
- ఇన్వెస్ట్‌మెంట్-బేస్‌డ్ క్రౌడ్‌ఫండింగ్: ఈ రకమైన క్రౌడ్‌ఫండింగ్‌లో, పెట్టుబడిదారులు మీ వ్యాపారంలో షేర్లను పొందుతారు.

ఇతర ప్రత్యామ్నాయ నిధుల ఎంపికలు

క్రౌడ్‌ఫండింగ్‌తో పాటు, ఇతర ప్రత్యామ్నాయ నిధుల ఎంపికలు కూడా అందుబాటులో ఉన్నాయి. వీటిలో కొన్ని:

- ప్రభుత్వ రుణాలు: ప్రభుత్వం కొన్నిసార్లు వ్యాపారాలకు రుణాలను అందిస్తుంది.
- విద్యా రుణాలు: విద్యార్థులు తమ విద్య కోసం రుణాలను పొందవచ్చు.
- కమ్యూనిటీ రుణాలు: కమ్యూనిటీ రుణ సంస్థలు చిన్న వ్యాపారాలకు రుణాలను అందిస్తాయి.
- సహకారాలు: రెండు లేదా అంతకంటే ఎక్కువ వ్యాపారాలు కలిసి సహకారం చేసుకోవచ్చు.

మీకు సరైన ఎంపిక ఎంచుకోవడం

మీకు సరైన నిధుల ఎంపికను ఎంచుకోవడానికి, మీరు మీ వ్యాపార అవసరాలను మరియు మీ స్వంత పరిస్థితులను పరిగణించాలి. మీరు రుణాలను పొందడానికి అర్హత కలిగి ఉన్నారో లేదో మరియు మీరు ఏ రకమైన రుణాలను పొందాలనుకుంటున్నారో తెలుసుకోవడానికి మీరు మీ బ్యాంక్ లేదా ఫైనాన్షియల్ సలహాదారుతో మాట్లాడాలి.

బాధ్యతాయుతమైన రుణాలు: లోన్లు మరియు అప్పుల నిర్వహణ

రుణాలు అనేవి ఒక శక్తివంతమైన ఆర్థిక సాధనం, ఇది మీ లక్ష్యాలను సాధించడంలో మీకు సహాయపడగలదు. అయితే, రుణాలను బాధ్యతాయుతంగా నిర్వహించడం ముఖ్యం.

బాధ్యతాయుతమైన రుణాలు అంటే ఏమిటి?

బాధ్యతాయుతమైన రుణాలు అనేవి మీ ఆర్థిక లక్ష్యాలను సాధించడంలో మీకు సహాయపడే రుణాలు. అవి మీకు ఆర్థిక భద్రతను అందిస్తాయి మరియు మీకు ఆర్థిక స్వేచ్ఛను ఇస్తాయి.

బాధ్యతాయుతమైన రుణాలను తీసుకోవడానికి ముందు, మీరు కింది అంశాలను పరిగణించాలి:

- మీకు రుణం ఎందుకు అవసరం? మీరు మీ విద్యను కొనసాగించాలనుకుంటున్నారా, మీ ఇంటిని కొనుగోలు చేయాలనుకుంటున్నారా లేదా మీ వ్యాపారాన్ని ప్రారంభించాలనుకుంటున్నారా? మీకు రుణం ఎందుకు అవసరమో మీకు తెలుసుకోవడం ముఖ్యం.
- మీరు రుణాన్ని ఎలా తిరిగి చెల్లించగలరు? మీ రుణాన్ని తిరిగి చెల్లించడానికి మీకు తగిన ఆదాయం ఉందని నిర్ధారించుకోండి. మీరు మీ రుణాన్ని తిరిగి చెల్లించడానికి ఒక ప్రణాళికను రూపొందించుకోండి.
- మీరు రుణం యొక్క ఖర్చులను అర్థం చేసుకోవాలి. రుణం తీసుకోవడం వల్ల వడ్డీ మరియు

ఇతర ఖర్చులు వస్తాయి. మీరు ఈ ఖర్చులను తట్టుకోగలరని నిర్ధారించుకోండి.

రుణాలను బాధ్యతాయుతంగా నిర్వహించడానికి కొన్ని చిట్కాలు

- మీ రుణాలను ట్రాక్ చేయండి. మీరు ఎంత రుణం తీసుకున్నారో మరియు మీరు ఎంత తిరిగి చెల్లించాలి అనే దానిని తెలుసుకోండి. మీ రుణాలను తిరిగి చెల్లించడానికి మీరు ఒక ప్రణాళికను రూపొందించుకోండి.

- మీ రుణాలను సమయానికి తిరిగి చెల్లించండి. మీ రుణాలను సమయానికి తిరిగి చెల్లించడం ముఖ్యం. ఇది మీరు మీ రుణంపై అధిక వడ్డీ చెల్లించకుండా నిరోధిస్తుంది.

- మీ రుణాలను తగ్గించడానికి కృషి చేయండి. మీ రుణాలను తగ్గించడానికి మీరు మీ ఆదాయాన్ని పెంచుకోవచ్చు లేదా మీ ఖర్చులను తగ్గించవచ్చు.

రుణాలు అనేవి ఒక శక్తివంతమైన ఆర్థిక సాధనం, కానీ వాటిని బాధ్యతాయుతంగా నిర్వహించడం ముఖ్యం.

Chapter 6: Building a Sustainable Future: Growing and Scaling Your Business

అధ్యాయం 6: నిలకడైన భవిష్యత్తు నిర్మాణం: వ్యాపారాన్ని విస్తరించడం మరియు స్థిరీకరించడం

మీ వ్యాప్తిని విస్తరించడం: జాతీయ లేదా అంతర్జాతీయ మార్కెట్లు

ఏదైనా వ్యాపారం విజయవంతం కావాలంటే, అది వృద్ధి చెందాలి. వృద్ధిని సాధించడానికి ఒక మార్గం మీ వ్యాప్తిని విస్తరించడం. మీరు మీ వ్యాపారాన్ని జాతీయ లేదా అంతర్జాతీయ మార్కెట్లకు విస్తరించవచ్చు.

జాతీయ మార్కెట్లకు విస్తరించడం

జాతీయ మార్కెట్లకు విస్తరించడం అనేది మీ వ్యాపారాన్ని విస్తరించడానికి ఒక మంచి మార్గం. ఇది మీకు కొత్త కస్టమర్లను చేరుకోవడానికి మరియు మీ ఆదాయాన్ని పెంచడానికి అవకాశం ఇస్తుంది.

జాతీయ మార్కెట్లకు విస్తరించడానికి, మీరు క్రింది దశలను అనుసరించాలి:

1. మీ మార్కెట్ పరిశోధనను చేయండి. మీరు విస్తరించాలనుకుంటున్న మార్కెట్ను అర్థం చేసుకోవడం ముఖ్యం. మీరు ఆ మార్కెట్లోని కస్టమర్ల అవసరాలు మరియు డిమాండ్ను అర్థం చేసుకోవాలి.

2. మీ వ్యాపారాన్ని మార్కెట్ చేయడానికి ఒక ప్రణాళికను రూపొందించండి. మీరు మీ కొత్త మార్కెట్లో కస్టమర్లను చేరుకోవడానికి ఎలా చేస్తారు? మీరు ప్రచారం, పంపిణీ మరియు విక్రయ వ్యూహాలను అభివృద్ధి చేయాలి.

3. మీ వ్యాపారాన్ని మార్కెట్కు అనుకూలీకరించండి. మీ మార్కెట్లోని కస్టమర్ల అవసరాలు మరియు డిమాండ్కు అనుగుణంగా మీ వ్యాపారాన్ని అనుకూలీకరించడం ముఖ్యం.

అంతర్జాతీయ మార్కెట్లకు విస్తరించడం

అంతర్జాతీయ మార్కెట్లకు విస్తరించడం అనేది మీ వ్యాపారాన్ని విస్తరించడానికి మరింత సవాలుగా ఉన్న మార్గం. ఇది మీకు కొత్త సంస్కృతులు మరియు చట్టాలను అర్థం చేసుకోవడానికి అవసరం.

అంతర్జాతీయ మార్కెట్లకు విస్తరించడానికి, మీరు క్రింది దశలను అనుసరించాలి:

1. మీ మార్కెట్ పరిశోధనను చేయండి. మీరు విస్తరించాలనుకుంటున్న ప్రతి మార్కెట్ను అర్థం చేసుకోవడం ముఖ్యం. మీరు ఆ మార్కెట్లోని కస్టమర్ల అవసరాలు మరియు డిమాండ్ను అర్థం చేసుకోవాలి.

2. మీ వ్యాపారాన్ని మార్కెట్ చేయడానికి ఒక ప్రణాళికను రూపొందించండి. మీరు మీ కొత్త మార్కెట్లలో కస్టమర్లను చేరుకోవడానికి ఎలా చేస్తారు? మీరు ప్రచారం, పంపిణీ మరియు విక్రయ వ్యూహాలను అభివృద్ధి చేయాలి.

బలమైన బ్రాండ్‌ను మరియు ఆన్‌లైన్ ఉనికిని నిర్మించడం

ఈ రోజుల్లో, ప్రతి వ్యాపారం బలమైన బ్రాండ్‌ను మరియు ఆన్‌లైన్ ఉనికిని కలిగి ఉండటం చాలా ముఖ్యం. బ్రాండ్ అనేది మీ వ్యాపారం యొక్క గుర్తింపు మరియు విలువలను సూచిస్తుంది. ఆన్‌లైన్ ఉనికి అనేది మీ వ్యాపారం ఇంటర్నెట్‌లో కనిపించే విధానాన్ని సూచిస్తుంది.

బలమైన బ్రాండ్‌ను నిర్మించడానికి:

- మీ బ్రాండ్ గురించి స్పష్టమైన భావనను కలిగి ఉండండి. మీరు ఏమి అందిస్తున్నారు? మీ లక్ష్య కస్టమర్ ఎవరు? మీ విలువలు ఏమిటి?
- మీ బ్రాండ్‌ను వివిధ మార్గాల్లో కమ్యూనికేట్ చేయండి. మీ వెబ్‌సైట్, సోషల్ మీడియా, మీ ఉత్పత్తులు మరియు సేవలు మరియు మీ ఉద్యోగులు అందరూ మీ బ్రాండ్‌ను ప్రతిబింబించాలి.
- మీ బ్రాండ్‌ను నిరంతరం అభివృద్ధి చేయండి. మీ కస్టమర్‌ల అవసరాలు మరియు ఆసక్తులు మారుతున్నాయి, కాబట్టి మీ బ్రాండ్‌ను వారితో అనుగుణంగా ఉంచుకోవాలి.

ఆన్‌లైన్ ఉనికిని నిర్మించడానికి:

- మీ వెబ్‌సైట్‌ను ఆకట్టుకునే మరియు సమాచారంగా ఉంచండి. మీ వెబ్‌సైట్ మీ బ్రాండ్ గురించి ప్రజలకు తెలుసుకోవడానికి మరియు మీ ఉత్పత్తులు లేదా సేవలను కొనుగోలు చేయడానికి ఒక మార్గం.

- సోషల్ మీడియాను ఉపయోగించండి. సోషల్ మీడియా మీ కస్టమర్లతో అనుసంధానం చేయడానికి మరియు మీ బ్రాండ్ గురించి తెలియజేయడానికి ఒక గొప్ప మార్గం.

- మీ కంటెంట్‌ను మెరుగుపరచండి. మీ కంటెంట్ మీ కస్టమర్లకు విలువైనది మరియు ఆసక్తికరంగా ఉండాలి.

- మీ SEOని ఆప్టిమైజ్ చేయండి. SEO మీ వెబ్‌సైట్‌ను శోధన ఫలితాలలో (SERPs) ఎగువన ఉంచడంలో మీకు సహాయపడుతుంది.

బలమైన బ్రాండ్ మరియు ఆన్‌లైన్ ఉనికిని కలిగి ఉన్న వ్యాపారాలు విజయం సాధించే అవకాశాలు ఎక్కువ. అవి కస్టమర్లను ఆకర్షించగలవు, విశ్వాసాన్ని నిర్మించగలవు మరియు వారి వ్యాపారాన్ని విస్తరించగలవు.

పనులను డెలిగేట్ చేయడం మరియు నిలకడైన బృందాన్ని నిర్మించడం

పనులను డెలిగేట్ చేయడం అనేది ఒక సమర్థవంతమైన నాయకుడి ముఖ్యమైన నైపుణ్యం. ఇది మీకు మరింత ఉత్పాదకంగా ఉండటానికి, మీ వ్యక్తిగత సమయాన్ని విముక్తి చేయడానికి మరియు మీ బృందం యొక్క నైపుణ్యాలను అభివృద్ధి చేయడానికి సహాయపడుతుంది.

పనులను డెలిగేట్ చేయడానికి చిట్కాలు

- స్పష్టమైన మరియు సంక్షిప్తమైన పనులను నిర్వచించండి. మీ ఉద్యోగులు ఏమి చేయాలో తెలుసుకోవాలి.

- పూర్తి చేయడానికి అవసరమైన సమయం మరియు వనరులను అంచనా వేయండి. మీరు మీ ఉద్యోగులను విఫలం చేయకూడదు.

- అవసరమైన అవసరమైన సమాచారం మరియు సహాయాన్ని అందించండి. మీ ఉద్యోగులు విజయం సాధించడానికి అవసరమైన ప్రతిదాన్ని కలిగి ఉండేలా చూసుకోండి.

- పనుల పురోగతిని ట్రాక్ చేయండి మరియు అవసరమైనప్పుడు ప్రతిస్పందించండి. మీరు మీ ఉద్యోగులకు మద్దతు మరియు సూచనలను అందించాలి.

నిలకడైన బృందాన్ని నిర్మించడానికి చిట్కాలు

- మీ బృందం యొక్క బలాలు మరియు బలహీనతలను అర్థం చేసుకోండి. మీరు ప్రతి వ్యక్తికి సరైన పనులను అందించడానికి ఇది మీకు సహాయపడుతుంది.
- మీ బృందానికి స్పష్టమైన మరియు సంక్షిప్తమైన లక్ష్యాలను సెట్ చేయండి. మీరు అందరూ ఒకే దానిపై దృష్టి పెట్టడంలో సహాయపడటానికి ఇది మీకు సహాయపడుతుంది.
- మీ బృందంతో సానుకూల మరియు మద్దతు ఇచ్చే సంబంధాన్ని కలిగి ఉండండి. మీరు మీ ఉద్యోగులకు విలువైన సభ్యులుగా అనిపించేలా చేయడానికి ఇది మీకు సహాయపడుతుంది.

పనులను డెలిగేట్ చేయడం మరియు నిలకడైన బృందాన్ని నిర్మించడం వల్ల మీకు మరియు మీ వ్యాపారానికి అనేక ప్రయోజనాలు ఉంటాయి. ఇది మీకు మరింత ఉత్పాదకంగా ఉండటానికి, మీ వ్యక్తిగత సమయాన్ని విముక్తి చేయడానికి మరియు మీ బృందం యొక్క నైపుణ్యాలను అభివృద్ధి చేయడానికి సహాయపడుతుంది. ఇది మీ బృందం యొక్క సమగ్రత మరియు సామర్థ్యాన్ని కూడా పెంచుతుంది.

విజయాన్ని కొలవడం: కీలకమైన మెట్రిక్లు మరియు పనితీరు అంచనా

విజయం అనేది ఒక వ్యక్తి, బృందం లేదా సంస్థ యొక్క లక్ష్యాలను సాధించడం. విజయాన్ని కొలవడం అనేది ఈ లక్ష్యాలను మరియు వాటిని ఎలా సాధించాలో అంచనా వేయడం.

కీలకమైన మెట్రిక్లు

విజయాన్ని కొలవడానికి, మీరు కీలకమైన మెట్రిక్లను (KPIలు) ఉపయోగించవచ్చు. KPIలు మీ లక్ష్యాలను మరియు వాటిని ఎలా సాధించాలో ఒక స్పష్టమైన చిత్రాన్ని అందించడానికి రూపొందించబడిన సాధారణ మరియు కొలవదగిన మార్గదర్శకాలు.

KPIలను ఎంచుకునేటప్పుడు, మీరు మీ లక్ష్యాలను, మీ వ్యాపారాన్ని మరియు మీ ప్రేక్షకులను పరిగణనలోకి తీసుకోవాలి. మీరు సాధారణంగా ఉపయోగించే కొన్ని KPIలు ఇక్కడ ఉన్నాయి:

- ఆదాయం: మీ వ్యాపారం ఎంత సంపాదిస్తోంది?
- లాభం: మీ వ్యాపారం ఎంత లాభదాయకంగా ఉంది?
- కస్టమర్ మెరుపు: మీ కస్టమర్లు మీ వ్యాపారానికి ఎలా స్పందిస్తున్నారు?
- వృద్ధి: మీ వ్యాపారం ఎంత వేగంగా పెరుగుతోంది?

పనితీరు అంచనా

KPIలను ఉపయోగించి, మీరు మీ వ్యాపారం ఎలా చేస్తోంది అనే దానిపై ఒక స్పష్టమైన చిత్రాన్ని పొందవచ్చు. ఈ సమాచారాన్ని ఉపయోగించి, మీరు మీ లక్ష్యాలను మరింత మెరుగుపరచడానికి ఏ చర్యలు తీసుకోవాలో నిర్ణయించుకోవచ్చు.

పనితీరు అంచనాను క్రమం తప్పకుండా చేయడం ముఖ్యం. ఇది మీరు మీ లక్ష్యాల నుండి ఎంత దూరంలో ఉన్నారో మరియు మీరు మార్గం మీద ఉన్నారో నిర్ధారించడంలో మీకు సహాయపడుతుంది.

పనితీరు అంచనా కోసం కొన్ని చిట్కాలు:

- స్పష్టమైన మరియు సంక్షిప్త లక్ష్యాలను సెట్ చేయండి. మీరు ఏమి కొలవాలనుకుంటున్నారో తెలుసుకోండి.

- సంబంధిత మరియు కొలవదగిన KPIలను ఎంచుకోండి. మీరు మీ లక్ష్యాలను సాధించడానికి ఉపయోగించగల మార్గదర్శకాలను ఎంచుకోండి.

- పనితీరును క్రమం తప్పకుండా అంచనా వేయండి. మీరు మీ లక్ష్యాల నుండి ఎంత దూరంలో ఉన్నారో తెలుసుకోవడానికి మరియు అవసరమైన మార్పులు చేయడానికి మీకు సమయం ఇవ్వండి.

విజయాన్ని కొలవడం అనేది మీ లక్ష్యాలను సాధించడానికి మరియు మీ వ్యాపారాన్ని మెరుగుపరచడానికి ఒక ముఖ్యమైన మార్గం.

Chapter 7: Beyond the Business: The Impact of Entrepreneurship

అధ్యాయం 7: వ్యాపారం దాటి: వ్యవస్థాపకత యొక్క ప్రభావం

వ్యవస్థాపకుల సామాజిక మరియు పర్యావరణ బాధ్యత

వ్యవస్థాపకులు అనేది ఒక సంస్థను సృష్టించే మరియు దానిని నడిపే వ్యక్తులు. వారు సమాజం మరియు పర్యావరణంపై గణనీయమైన ప్రభావాన్ని చూపగలరు. వ్యవస్థాపకులు సామాజిక మరియు పర్యావరణ బాధ్యతను తీసుకోవడం ముఖ్యం, ఎందుకంటే ఇది వారి వ్యాపారాలకు మరియు సమాజానికి ప్రయోజనం చేకూరుస్తుంది.

సామాజిక బాధ్యత

సామాజిక బాధ్యత అనేది వ్యాపారాలు తమ సమాజానికి చెల్లించాల్సిన బాధ్యత. ఇది కొన్నిసార్లు CSR అని పిలుస్తారు. సామాజిక బాధ్యతలో అనేక అంశాలు ఉన్నాయి, వీటిలో:

- ఉద్యోగుల కోసం ఒక మంచి పని వాతావరణాన్ని అందించడం, ఇందులో న్యాయమైన వేతనాలు, సరైన పని గంటలు మరియు సరైన సురక్షితత మరియు ఆరోగ్య ప్రమాణాలు ఉన్నాయి.
- సమాజంలో సహకారం చేయడం, ఇందులో దానధర్మాలకు మద్దతు, స్వచ్ఛంద సేవ మరియు సామాజిక సమస్యలను పరిష్కరించడానికి పని చేయడం ఉన్నాయి.

- పర్యావరణాన్ని పరిరక్షించడం, ఇందులో పునర్వినియోగం, రీసైక్లింగ్ మరియు ఇంధన సామర్థ్యాన్ని పెంచడం వంటి పద్ధతులను ఉపయోగించడం ఉన్నాయి.

పర్యావరణ బాధ్యత

పర్యావరణ బాధ్యత అనేది వ్యాపారాలు పర్యావరణాన్ని పరిరక్షించడానికి తీసుకునే చర్యలు. ఇది కొన్నిసార్లు EH&S అని పిలుస్తారు. పర్యావరణ బాధ్యతలో అనేక అంశాలు ఉన్నాయి, వీటిలో:

- పర్యావరణానికి హాని కలిగించే ఉత్పత్తులు లేదా సేవలను తయారు చేయడం మానుకోవడం.
- అవసరమైనప్పుడు మాత్రమే ముడి పదార్థాలను ఉపయోగించడం మరియు అవి పునర్వినియోగం లేదా రీసైక్లింగ్ చేయగలవో లేదో నిర్ధారించడం.
- పర్యావరణాన్ని కలుషితం చేయకుండా ఉత్పత్తి మరియు పంపిణీ ప్రక్రియలను నిర్వహించడం.

వ్యవస్థాపకుల సామాజిక మరియు పర్యావరణ బాధ్యత యొక్క ప్రయోజనాలు

వ్యవస్థాపకులు సామాజిక మరియు పర్యావరణ బాధ్యత తీసుకోవడం వల్ల అనేక ప్రయోజనాలు ఉన్నాయి. వీటిలో:

- సంస్థ యొక్క ఖ్యాతి మరియు పేరుప్రతిష్ఠను మెరుగుపరుస్తుంది.
- ఉద్యోగుల శ్రేయస్సు మరియు నిబద్ధతను పెంచుతుంది.

మీ వ్యాపారం ద్వారా సానుకూల ప్రభావాన్ని సృష్టించడం

ప్రతి వ్యాపారం సమాజంపై ఒకరకమైనా రకమైన ప్రభావాన్ని చూపుతుంది. ఆ ప్రభావం సానుకూలంగా ఉండాలని మనం కోరుకుంటాము. మీ వ్యాపారం ద్వారా సానుకూల ప్రభావాన్ని సృష్టించడానికి మీరు చేయగలిగే అనేక విషయాలు ఉన్నాయి.

మీ ఉద్యోగులకు మద్దతు ఇవ్వండి

మీ ఉద్యోగులు మీ వ్యాపారం యొక్క పునాది. వారు మీకు విజయం సాధించడంలో సహాయపడతారు, కాబట్టి వారిని సంతోషంగా మరియు ఉత్పాదకంగా ఉంచడం ముఖ్యం. మీ ఉద్యోగులకు న్యాయమైన వేతనాలు, మంచి పని గంటలు మరియు సురక్షితమైన పని వాతావరణాన్ని అందించండి. వారి కెరీర్ అభివృద్ధిని ప్రోత్సహించండి మరియు వారికి వృత్తిపరమైన అవసరాలను తీర్చడానికి సహాయం చేయండి.

సమాజానికి తిరిగి ఇవ్వండి

మీ వ్యాపారం ద్వారా సానుకూల ప్రభావాన్ని చూపించడానికి మరొక మార్గం సమాజానికి తిరిగి ఇవ్వడం. దానధర్మాలకు విరాళాలు ఇవ్వండి, స్వచ్ఛంద సేవ చేయండి లేదా సామాజిక సమస్యలను పరిష్కరించడానికి మీరు చేయగలిగే ఇతర విధాలు కనుగొనండి. మీ వ్యాపారం యొక్క విలువలను ప్రతిబింబించే సంస్థలకు మద్దతు ఇవ్వడం ముఖ్యం.

పర్యావరణాన్ని పరిరక్షించండి

మీ వ్యాపారం పర్యావరణంపై సానుకూల ప్రభావాన్ని చూపించడానికి మీరు చేయగలిగే మరొక మార్గం పర్యావరణాన్ని పరిరక్షించడం. మీ ఉత్పత్తులు లేదా సేవలు పర్యావరణానికి హాని కలిగించవని నిర్ధారించుకోండి. మీ వ్యాపార ప్రక్రియలలో పునర్వినియోగం, రీసైక్లింగ్ మరియు ఇంధన సామర్థ్యాన్ని పెంచడం వంటి పద్ధతులను ఉపయోగించండి.

మీ వ్యాపారం యొక్క సామాజిక మరియు పర్యావరణ ప్రభావాన్ని పర్యవేక్షించండి

మీరు మీ వ్యాపారం ద్వారా సానుకూల ప్రభావాన్ని సృష్టిస్తున్నారని నిర్ధారించుకోవడానికి, మీరు మీ ప్రభావాన్ని పర్యవేక్షించాలి. మీరు సామాజిక మరియు పర్యావరణ ప్రభావాన్ని కొలవడానికి ఉపయోగించగల అనేక సాధనాలు మరియు విధానాలు అందుబాటులో ఉన్నాయి. మీ ప్రభావాన్ని పర్యవేక్షించడం ద్వారా, మీరు అవసరమైన మార్పులు చేయడానికి మరియు మీ ప్రభావాన్ని మెరుగుపరచడానికి మీరు ఏమి చేయగలరో మీరు తెలుసుకోవచ్చు.

నెట్‌వర్కింగ్ మరియు సహకారం: మద్దతు కమ్యూనిటీని నిర్మించడం

నెట్‌వర్కింగ్ మరియు సహకారం అనేవి మీ వ్యాపారం లేదా వృత్తి జీవితంలో విజయం సాధించడానికి అవసరమైన రెండు ముఖ్యమైన నైపుణ్యాలు. నెట్‌వర్కింగ్ మీకు కొత్త వ్యక్తులను కలుసుకోవడానికి మరియు వారితో సంబంధాలు పెట్టుకోవడానికి సహాయపడుతుంది. సహకారం మీకు ఇతరులతో కలిసి పని చేయడానికి మరియు మీ లక్ష్యాలను సాధించడానికి సహాయం చేస్తుంది.

నెట్‌వర్కింగ్

నెట్‌వర్కింగ్ అనేది మీకు తెలిసిన లేదా తెలియని వ్యక్తులతో సంబంధాలు పెట్టుకోవడం యొక్క ప్రక్రియ. నెట్‌వర్కింగ్ చేయడానికి అనేక మార్గాలు ఉన్నాయి, వీటిలో:

- సమావేశాలు, సమావేశాలు మరియు ఇతర వృత్తిపరమైన కార్యక్రమాలకు హాజరు కావడం.
- వృత్తిపరమైన సంఘాలు మరియు సమాజాలకు చేరడం.
- సోషల్ మీడియాను ఉపయోగించడం.

నెట్‌వర్కింగ్ చేయడం వల్ల మీకు అనేక ప్రయోజనాలు ఉన్నాయి, వీటిలో:

- కొత్త వ్యక్తులను కలుసుకోవడం మరియు వారితో సంబంధాలు పెట్టుకోవడం.

- మీ వ్యాపారం లేదా వృత్తి జీవితంలో మద్దతు మరియు నాయకత్వాన్ని కనుగొనడం.
- కొత్త అవకాశాలను కనుగొనడం.

సహకారం

సహకారం అనేది ఇతరులతో కలిసి పనిచేయడం మరియు ఒక సాధారణ లక్ష్యాన్ని సాధించడం. సహకారం చేయడం వల్ల మీకు అనేక ప్రయోజనాలు ఉన్నాయి, వీటిలో:

- మీ కృషి యొక్క ప్రభావాన్ని పెంచడం.
- మీరు నేర్చుకోవడానికి మరియు మెరుగుపడటానికి సహాయం చేయండి.
- మీకు నమ్మకమైన మరియు మద్దతు ఇచ్చే వ్యక్తులతో నెట్‌వర్క్‌ను నిర్మించడానికి సహాయపడుతుంది.

మద్దతు కమ్యూనిటీని నిర్మించడం

నెట్‌వర్కింగ్ మరియు సహకారం ద్వారా, మీరు మద్దతు కమ్యూనిటీని నిర్మించవచ్చు. ఈ కమ్యూనిటీ మీకు విజయం సాధించడానికి మరియు మీ లక్ష్యాలను సాధించడానికి సహాయపడుతుంది.

మద్దతు కమ్యూనిటీని నిర్మించడానికి కొన్ని చిట్కాలు:

- నిజాయితీగా ఉండండి మరియు మీరు మరొకరి సహాయం కోరుకుంటే దాని గురించి సిగ్గుపడవద్దు.
- ఇతరులకు సహాయం చేయడానికి సిద్ధంగా ఉండండి.

భవిష్యత్ వ్యవస్థాపకులకు స్ఫూర్తి: మీ ప్రయాణాన్ని పంచుకోవడం

వ్యవస్థాపకత్వం అనేది ఒక సవాళ్లు నిండి ఉన్న మార్గం, కానీ ఇది చాలా బహుమతిని ఇస్తుంది. ఒక వ్యవస్థాపకుడిగా విజయం సాధించడానికి, మీరు ఖచ్చితంగా నిర్ణయించుకోవాలి మరియు మీ లక్ష్యాలను సాధించడానికి కష్టపడాలి.

భవిష్యత్ వ్యవస్థాపకులకు స్ఫూర్తినిచ్చే మార్గాలలో ఒకటి మీ ప్రయాణాన్ని పంచుకోవడం. మీరు ఎదుర్కొన్న సవాళ్లు, మీరు నేర్చుకున్న పాఠాలు మరియు మీరు సాధించిన విజయాల గురించి వారికి చెప్పండి. మీ ప్రయాణం నుండి నేర్చుకోవడానికి మరియు వారి స్వంత వ్యవస్థాపక ప్రయాణంలో ముందుకు సాగడానికి వారికి ఇది సహాయపడుతుంది.

మీ ప్రయాణాన్ని పంచుకోవడానికి అనేక మార్గాలు ఉన్నాయి. మీరు వ్యాసాలు లేదా బ్లాగ్ పోస్ట్‌లను వ్రాయవచ్చు, వీడియోలు లేదా ఆడియో రికార్డింగ్‌లను సృష్టించవచ్చు లేదా వ్యవస్థాపక సమావేశాలు లేదా కార్యక్రమాలలో మాట్లాడవచ్చు. మీరు ఇతర వ్యవస్థాపకులతో మీ అనుభవాలను పంచుకోవడానికి వ్యవస్థాపక కమ్యూనిటీలలో చేరవచ్చు.

మీ ప్రయాణాన్ని పంచుకోవడానికి ఇక్కడ కొన్ని చిట్కాలు ఉన్నాయి:

- సమావేశం లేదా కార్యక్రమానికి ముందు మీ ప్రసంగాన్ని సన్నద్ధం చేయండి. మీరు ఏమి చెప్పాలనుకుంటున్నారు మరియు మీరు మీ

ప్రేక్షకులతో ఏమి చేయాలనుకుంటున్నారు అనే దానిపై ఆలోచించండి.

- మీ కథను ఆసక్తికరంగా మరియు సమగ్రంగా ఉంచండి. మీరు ఎదుర్కొన్న సవాళ్లు మరియు మీరు వాటిని ఎలా అధిగమించారో వివరించండి.

- మీరు నేర్చుకున్న పాఠాలను పంచుకోండి. మీ ప్రయాణం నుండి ఇతర వ్యవస్థాపకులు నేర్చుకోగల ఏదైనా ఉన్నప్పుడు, దానిని ఖచ్చితంగా పంచుకోండి.

- మీరు నమ్మేదానికి నిలబడండి. మీరు ఏమి చెప్తున్నారో మీరు విశ్వసిస్తే, అది మీ ప్రేక్షకులతో సంబంధం కలిగి ఉంటుంది.

భవిష్యత్ వ్యవస్థాపకులకు స్ఫూర్తినిచ్చే మీ ప్రయాణాన్ని పంచుకోవడం ద్వారా, మీరు వారు తమ స్వంత వ్యవస్థాపక లక్ష్యాలను సాధించడానికి సహాయపడవచ్చు.

www.ingramcontent.com/pod-product-compliance
Lightning Source LLC
LaVergne TN
LVHW052003060526
838201LV00059B/3816